ஹார்மோனியம்

நன்றி

இந்தியா டுடே
கணையாழி
யுக பாரதி
ஆனந்த விகடன்
உயிர் எழுத்து
ரா. கண்ணன்
சுதீர் செந்தில்

ஹார்மோனியம்

செழியன் (பி. 1972)

சிவகங்கையில் பிறந்த செழியன் இப்போது சென்னையில் வசிக்கிறார். கட்டடப் பொறியியல் படித்தவர். ஹார்மோனியம் சிறுகதைக்காக கதா விருதும் 'தமிழ்ச் சிறுகதைகளில் காட்சிப் படிமங்கள்' என்னும் தலைப்பில் செய்த ஆய்வுக்காக மத்திய அரசின் இளநிலை ஆய்வு நல்கை (Junior Fellowship 2004–2006) பெற்றவர். திரைப்பட ஒளிப்பதிவாளர், 'டுலெட்' திரைப்படத்தின் இயக்குநர். ஒளிப்பதிவுக்காகச் சர்வதேச விருதுகளும் (BFI London, MIFF Italy) இயக்கத்திற்காகத் தேசிய விருதும் (2018) பெற்றவர். The Film School என்னும் திரைப்படப் பள்ளியை நிறுவித் தமிழில் சுதந்திர சினிமாவுக்கான முன்னெடுப்புகளை வழிநடத்துகிறார். 'பதேர் பாஞ்சாலி' – அகாந்தக் (சத்யஜித் ராயின் முதல், கடைசித் திரைக்கதைகளின் மொழிபெயர்ப்பு), 'வந்த நாள் முதல்' (கவிதையும் நிழற்படங்களும்), 'உலக சினிமா', 'பேசும் படம்', 'முகங்களின் திரைப்படம்', 'ஒளியில் எழுதுதல்', 'டுலெட் திரைக்கதையும் உருவாக்கமும்', 'த மியூசிக் ஸ்கூல்' (மேற்கத்திய இசைக் குறிப்புகள் குறித்த பத்து நூல்கள்) ஆகிய நூல்கள் வெளிவந்துள்ளன.

மின்னஞ்சல்: chezhian6@gmail.com

செழியன்

ஹார்மோனியம்

காலச்சுவடு பதிப்பகம்

அன்பார்ந்த வாசகருக்கு,

வணக்கம்.

காலச்சுவடு நூலை வாங்கியமைக்கு நன்றி.

நூலின் உள்ளடக்கம், உருவாக்கம், அட்டைப்படம் இன்ன பிற அம்சங்கள் பற்றிய உங்கள் கருத்துகளையும் ஆலோசனைகளையும் காலச்சுவடு வரவேற்கிறது. தகவல், எழுத்து, வாக்கியப் பிழைகள் தென்பட்டால் அவசியம் தெரிவித்து உதவுங்கள். நூல் தயாரிப்பில் கடும் குறைபாடு இருப்பின் மாற்றுப் பிரதி உங்களுக்குக் கிடைக்கக் காலச்சுவடு ஏற்பாடு செய்யும்.

மின்னஞ்சல்: **publisher@kalachuvadu.com**

காலச்சுவடு நாகர்கோவில் அலுவலகத்துக்குக் கடிதம் அனுப்பலாம்.

தங்கள்
எஸ்.ஆர். சுந்தரம் (கண்ணன்)
பதிப்பாளர் — நிர்வாக இயக்குநர்

ஹார்மோனியம் ♦ சிறுகதைகள் ♦ ஆசிரியர்: செழியன் ♦ © செழியன் ♦ முதல் பதிப்பு: டிசம்பர் 2024 ♦ வெளியீடு: காலச்சுவடு பப்ளிகேஷன்ஸ் (பி) லிட்., 669, கே.பி. சாலை, நாகர்கோவில் 629001

காலச்சுவடு பதிப்பக வெளியீடு: 1337

haarmooniyam ♦ Short Stories ♦ Author: Chezhiyan ♦ © Chezhiyan ♦ Language: Tamil ♦ First Edition: December 2024 ♦ Size: Demy 1 x 8 ♦ Paper: 18.6 kg maplitho ♦ Pages: 168

Published by Kalachuvadu Publications Pvt. Ltd., 669 K.P. Road, Nagercoil 629001, India ♦ Phone: 91-4652-278525 ♦ e-mail: publications @kalachuvadu.com ♦ Printed at Mani Offset, Chennai 600077

ISBN: 978-93-6110-051-2

12/2024/S.No. 1337, kcp 5428, 18.6 (1) ass

அன்பு மனைவி பிரேமாவுக்கு

பொருளடக்கம்

முன்னுரை	11
1. பென்சில் கோடுகள்	13
2. தொலைவில் தெரியும் வானம்	21
3. கதை	35
4. ஹார்மோனியம்	48
5. தீபாவளி	65
6. மிஸ்டர் மார்க்	77
7. பாட்டி கதை	88
8. தோழி	104
9. நிர்வாணம்	117
10. சாக்லேட்	135
11. இரண்டு பாடகர்கள்	151

பொருளடக்கம்

(முன்னுரை)	11
1. பேய்ச்சி சேதிகள்	13
2. தூக்கணாங்குருவி வீடு	21
3. காகம்	35
4. அணில்குஞ்சுகள்	
5. அப்பாசி	
6.	
7. பால் பழ ரசம்	98
8. தோழி	104
9. ஜீவகாருண்யம்	117
10. சக்னோ	135
11. இன்னொரு பாடங்கள்	151

முன்னுரை

ஒரு கவிஞனாக அறியப்பட வேண்டும் என்பதுதான் என் விருப்பமாக இருந்தது. இரண்டு முழுத் தொகுப்புகளுக்காக நான் சேர்த்து வைத்திருந்த கவிதைகளைப் பதிப்பக நண்பர் வாங்கிப் போனார். ஆறு மாதம் கழித்துத் தொலைந்து விட்டதாகச் சொன்னார். கவிதைகள் கனவுப் பதிப்பாக வருவது நல்லதுதான்.

சிறுகதைகள் எழுதும் விருப்பம் வந்தது. ஒரு கதை எழுதி *இந்தியா டுடே*க்கு அனுப்பினேன்; பிரசுரமானது. அடுத்த இரண்டு கதைகள் *கணையாழி*யில் வந்தன. முதல் கதை அந்த வருடத்தின் சிறந்த கதையாகத் தேர்வானது. இரண்டாவது கூத்துப் பட்டறையில் நாடகமாக நிகழ்த்தப்பட்டது. கதை களுக்குக் கிடைத்த பாராட்டுக்கள் எனக்கே கூச்ச மாக இருந்தது.

வெகுஜன இதழில் எழுத முடியுமா? அனுப்பினேன். பிரசுரமானது. பரிசோதனையாகச் சில கதைகள் எழுதிப்பார்த்தேன். சந்திக்கும் மனிதர்கள் அவர்களுக்கு நிகழ்ந்த சம்பவங்கள் கதையாக மாறுகிறதா என எழுதிப் பார்த்தேன் (சாக்லேட்) பிரசுரத்துக்கு அனுப்பவில்லை.

அடுத்த கதை கணையாழியில் வந்தது. 'கதா' விருது பெற்றது. நான் மதிக்கும் சுந்தர ராமசாமி தான் பரிசு வழங்கினார். அன்றிரவு விருந்தில் 'உங்கள் மொழி துல்லியமாக இருக்கிறதே எப்படி?' என்று கேட்டார். 'நான் உங்கள் தீவிர வாசகன்' என்றேன்; அணைத்துக்கொண்டார்.

எப்போதாவது கதைகள் எழுதினேன். பதிப்பகங்களிலிருந்து அழைப்புகள் வந்தன. கதைகளை மொத்தமாகப் பார்க்கும் கூச்சம் கருதித் தவிர்த்தேன். ‘மரங்களை வெட்டித்தானே காகிதம் செய்கிறார்கள். என்னால் ஒரு மரம் வாழட்டுமே’ என்று சொல்லிச் சமாளித்தேன்.

சத்யஜித் ராயின் திரைக்கதைகளை மொழிபெயர்த்தேன்.

கட்டுரைகள் எழுதிப்பார்த்தேன்.

வார இதழ் தொடர்கள், உலக சினிமா அறிமுகங்கள்.

அது நிறைவா வெறுமையா தெரியவில்லை.

எழுதுவதில் மௌனம் வந்துவிட்டது.

இலக்கைக் குறிபார்த்துச் சுட முடிகிறதா? முடிகிறது.

மனதில் இருப்பது முழுமையாக எழுத்தில் வருகிறதா? வருகிறது.

‘உள்ளத்தில் ஒளி உண்டாயின்...’

அவ்வளவுதான் இருபது வருடப் பயிற்சியின் பலன்.

ஆயுதங்களை ஆற்றில் போடு.

அமைதியாகக் கரையில் இரு.

எழுதத் தோன்றினால் எழுது.

நல்ல எழுத்தை வாசி.

படம் எடுக்கிற வேலையை மட்டும் பார்.

நான் எழுத்தாளன் இல்லை. வாசகன். திரைப்படம்தான் என் களம். எழுத்தின் வழியாகத் திரைப்படத்தின் இயல்பையும் வடிவத்தையும் தொட்டுப்பார்க்க முயற்சிப்பதே என் நோக்கம். அந்த விருப்பத்தில் கடந்த இருபத்து நான்கு வருடங்களில் எழுதிப்பார்த்த கதைகள் காலச்சுவடு வெளியீடாக வருவதில் மகிழ்ச்சி.

நவம்பர், 2024
சென்னை

அன்புடன்
செழியன்

1

பென்சில் கோடுகள்

எனக்கு ஆத்மார்த்தமான பெண் சிநேகிதி இல்லை என்ற வருத்தம் இருக்கிறது. எந்த எதிர்பார்ப்பும் இல்லாத கடற்கரையின் அலைச் சாரலில் உடன் பேசி நடக்க, நிலாக் காலத்தில் மொட்டை மாடியில் பின்னிரவுவரை பேசிக் கொண்டே இருக்க... அதிகபட்சமாய் விரல் பிடித்துக் கொள்ள ... தோள் சாய, சோகம் கொள்ளாது அழ எனக்கொரு சிநேகிதி இல்லை. வண்ணத்துப் பூச்சிகளுக்கு சிநேகிதிகள் இருக்கிறார்கள். நேஷனல் ஜியாகிராபிக் சேனலில் நீந்தும் கடல் ஆழத்து விசித்திர மீன்களுக்குக்கூட இணையாய் நீந்த சிநேகிதிகள் உண்டு. ஆனால் அரிது அரிதாய் மானிடப் பிறவியெடுத்த எனக்கு சிநேகிதிகள் இல்லை. பால்ய காலத்தில் சிநேகிதிகள் அதிகம் இருந்தார்கள். அது நர்சரிப் பருவம். பிறகு மீசை அரும்பத் துவங்கியதும் தோழிகள் பிரிந்துவிட்டார்கள். ரகசியமாய் மார்பினில் காளான்கள் முகிழ்க்க அவர்களும் சிநேகிதர்கள் இல்லாமல் தனிமை கொண்டுவிட்டார்கள்.

02–01–2000

நண்பனின் சகோதரி திருமணத்திற்குச் சென்றிருந்தபோது, ஒரு நடுத்தரமான லாட்ஜில் தங்கினோம். அந்தக் குளியல் அறையில் வரிசையாக மூன்று ஸ்டிக்கர் பொட்டுகள் ஒட்டப்பட்டிருந்தன. எவளோ ஒருத்தி தன் நிர்வாணத்திலிருந்து

கடைசியாகக் கலைந்ததாக இருக்கக் கூடும் அது. புள்ளியிலிருந்து துவங்கும் கோலமென ஸ்டிக்கர் பொட்டிலிருந்து துவங்குகிறது முகம் தெரியாத பெண்ணின் நிர்வாண ஓவியம்.

06–01–2000

சித்தார்த் தன் சிநேகிதி பற்றி என்னிடம் பேசிக்கொண்டிருந்தான். அவள் பெயர் கன்னிகா. +2 படிக்கிறாள். அவளுக்கான பிராக்டிக்கல் தேர்வுக்காக ஹெர்பேரியம் தயாரிக்கத்தான் தான் மலர்கள் பறித்துத் தருவதாகச் சொன்னான். புரியாத தாவரவியல் மொழியில் ஓரிரு பெயரைச் சொல்லி அது கிடைக்குமா என்றான். எனக்குப் பொறாமையாக இருந்தது. அவள் சொன்ன மலர் எனக்குத் தெரிந்தபோதும் அது கிடைக்காது என்று சொல்லிவிட்டேன். அவனுக்குத் தெரியாமல் அந்த சித்தகத்திப் பூவுடன் கன்னிகாவைச் சந்திக்கலாமா என்றுகூட மனசு சொல்கிறது.

07–01–2000

இன்று என் பிறந்த நாள். பூக்கள் முதிர்ந்ததும் சூல் கொள்கின்றன. இயற்கைக்கு எதிலும் பருவம் தப்புவதில்லை. பிறகு மனிதனுக்கு மட்டும் ஏன் இத்தனை கட்டுப்பாடுகள்?

நூறு கிராம் லேக்டோ கிங் சாக்லேட்டுகள் வாங்கிக் கொண்டேன். எதிர் ஃப்ளாட்டில் இருக்கிற மூன்று வயது ஷிவானிக்கு சாக்லெட் தருகிற சாக்கில் அவளது அம்மாவின் தங்கையான எஸ்தர் (+1) என்கிற இளவரசிக்கு சாக்லேட் தர வேண்டும். அதன் மூலம் எங்களுக்கிடையில் காதல் என்கிற குளிர் நெருப்பு துளிர்க்கலாம்.

அவள் வீட்டுக்குப் போனேன். முதன்முதலாக அருகில் அவளைப் பார்த்ததும் அடி வயிற்றில் இருந்து குமிழிகள் கிளம்பி (பெப்சி குடித்தது மாதிரி) உச்சந் தலையில் வெடிக்கின்றன. சாக்லேட் கொடுத்தேன். வாங்கிக்கொண்டாள். அவள் நழுவ விட்ட மஞ்சள் நிற சாக்லேட் காகிதத்தைத் திருடி டைரியில் வைத்தேன்.

13–01–2000

சித்தார்த் கன்னிகாவை முத்தமிட்டதாகச் சொன்னான். நான் நம்பவில்லை. அவளது ஃப்ளாட்டுக்குச் சென்றபோது அவள் வீட்டில் யாரும் இல்லையாம். பேசிக்கொண்டிருக்கும்

போது பவர் கட் ஆகிவிட்டதாம். இதுதான் சமயம் என்று மெழுகுத் திரியைத் தேடுவது மாதிரி விரல்கள் தொட்டு... நெருங்கி இதழில் முத்தமிட விரும்பி பதற்றத்தில் மூக்கில் முத்தமிட்டானாம். எனக்கு ஆச்சரியமாக இருக்கிறது. கரண்ட் வந்ததும் சித்தார்த் ஏதும் நடக்காததுபோல் இருந்தானாம். அவள் 'அசடு' என்று சிரித்தாளாம். 'இருட்டுன்னா எல்லோருக்கும் பயம். உனக்கு மட்டும் தைரியம் வருது எப்டி, என்று கேட்டாளாம். பொய்யாக இருக்குமோ? இரவெல்லாம் இதையே யோசித்துக் கொண்டிருந்தேன். எனக்குப் பொறாமையாக இருக்கிறது.

15–01–2000

இன்று சர்ச்சுக்குப் போய்த் திரும்பும் வழியில் எஸ்தரைப் பார்த்தேன். தலையில் வெண்ணிறத்தில் தேவதைகள் அணியும் பூவலை அணிந்திருந்தாள். பைபிளை அணைத்துக்கொண்டு தன் அண்ணனுடன் *TVS 50*யில் போனாள். அவளைப் பார்க்க வேண்டும் என்று எனக்குத் தோணியதுபோல் அவளுக்கும் தோணியிருக்குமோ? தெரியவில்லை.

16–01–2000

'இரவுகள் எதற்காக வருகின்றன... ஒரு திருடனைப் போல' என்று துணைப்பாடத்தில் இருந்த கவிதையைப் படித்தேன். எஸ்தரும் ஓர் இரவைப் போலவே பொழுதானதும் எனக்குள் வருகிறாள் நட்சத்திரங்களோடு.

18–01–2000

எஸ்தர் கூடவே அவளுடன் +1 படிக்கும் சரஸ்வதி பக்கத்து ஃபிளாட்டில் இருக்கிறாள். சரஸ்வதியைப் பழகி எஸ்தரைப் பிடிக்கலாம் என்று சுதாகர் சொன்னான். நானும் அவனும் சேர்ந்து சரஸ்வதியின் வீட்டுக்குப் போகும் கேபிள் வயரைத் துண்டித்தோம். டிவி நாடகம் பார்க்க முடியாமல் அவளது அம்மா தவிக்கையில் நான் உதவப்போகலாம் என்பது திட்டம். திட்டம் *Work Out* ஆகிவிட்டது. சரஸ்வதி கொஞ்சம் சுமார்தான். இயல்பாகப் பேசுகிறாள். சங்ககாலத்தோழி மாதிரி தூது செல்ல உதவுவாள் (உதவ வேண்டும்) என்று பழைய நோட்ஸ் எல்லாம் இனாமாகக் கொடுத்தேன். அவள் அப்பாவுக்கு மருதுபாண்டியர் நகர்வரை சைக்கிளில் போய் எல்.ஐ.சி. பிரிமியம் கட்டினேன். சரஸ்வதி. எஸ்தர் மனசுக்குப் போகும் காதல் படிக்கட்டில் இன்னொரு படி.

22−01−2000

சரஸ்வதி வீட்டில் இன்று மாலை டிபன் சாப்பிட்டேன் (கல்தோசை, காரச்சட்டினி). எதாவது வேலையை வைத்துக் கொண்டு சரஸ்வதி வீட்டுக்குச் செல்கிறேன். காம்ப்பஸின் துணையால் சுதாகர் சரஸ்வதி அப்பாவின் ஸ்கூட்டியை பஞ்சர் செய்துவிட்டான். சுதாகர் சொல்லித்தான் எனக்குத் தெரியும். அவனைத் திட்டினேன். என்றாலும் வல்கனைசிங் கடை வரை சரஸ்வதி அப்பாவுடன் பேசியபடி போகும் வாய்ப்பு (நன்றி: சுதாகர்).

23−1−2000

சரஸ்வதி கேலி செய்யும் அளவுக்குப் பழகிவிட்டாள்.

"சரஸ்வதி என்றால் வீணை வாசிக்கத் தெரியுமா?"

"வீணை என்று எழுதினால் வாசிப்பேன்."

"க்ளாஸ் ரூமில் தாமரையில்தான் உட்காருவீங்களா."

விழுந்து விழுந்து சிரித்தாள் (சிரிக்கும்போது சரஸ்வதி அழகு)

"உங்களுக்கு ஏன் இப்படி அரதப் பழசான பெயர்" என்று கேட்டேன்.

"பெயரில் என்ன இருக்கிறது... முழுப் பெயர் அபிதா சரஸ்வதி" என்றாள். விநோதமான கூட்டுப் பெயர். எப்படி இருந்தால் என்ன அபி... என் எஸ்தர் மீதான காதலுக்கு நீதான் தூது சென்று வாழ்விக்க வேண்டும்.

26−01−2000

முகப் பருவுக்கு என்ன செய்யலாம் என்று தசரத மாமாவிடம் கேட்டேன். அது முகப் பரு இல்லை. மோகப் பரு என்று சிரித்தார். யாராவது வயசுப் பெண் உன்னை சைட் அடித்தால் பரு வரும் என்று சாந்தகுமார் சொன்னான். அவன்தான் இந்த விஷயங்களில் சீனியர் (மாத்ருபூதம்). வயசுக்கு வருவது என்றால் என்ன என்கிற மர்மத்தை எங்களுக்கு எல்லாம் விடுவித்தவன் அவன்தான். இன்றுதான் கவனித்தேன் எஸ்தருக்கு வலது கன்னத்தில் ஒரு பரு வந்திருக்கிறது.

27–01–2000

சித்தார்த், கன்னிகாவுடன் சினிமாவுக்குப் போனதாகச் சொன்னான். நிச்சயம் பொய்யாகத்தான் இருக்கும். தற்போது முத்தங்களின் எண்ணிக்கை இருபதைத் தாண்டிவிட்டது என்றான். இதெல்லாம் எப்படிக் கணக்கு என்றேன். பிராக்டிக்கல் நோட்டின் கடைசிப் பக்கத்தில் தயிர்க்கணக்கு மாதிரி பென்சில் கோடு போடுவதாக கன்னிகா சொன்னாளாம். நம்பும் படியாகத்தான் இருக்கிறது அவன் சொல்கிற தொனி. என்னை விடவும் சித்தார்த் ஒன்றும் அழகானவன் இல்லை. 'ஆனாலும் மச்சக்காரன்டா' என்கிறான் சாந்தகுமார். என்ன எழவோ ... நான் எஸ்தரோடு பேசினாலே போதும்.

28–01–2000

நேற்று சரஸ்வதி வீட்டுக்குப் போனபோது வெளியே ஒரு சைக்கிள் நின்றது. யூகத்துடன் உள்ளே நுழைந்தால், எஸ்தர் இருந்தாள். சரஸ்வதியிடம் ஏதோ நோட்டு ஒன்றைக் கொடுத்து அவள் திரும்பும் தருணத்தில் நாங்கள் பார்த்துக்கொள்ள நேர்ந்தது. அற்புதமான கணம். உடனே கிளம்பிவிட்டாள். சரஸ்வதி என்னை இருக்கச் சொல்லிவிட்டு உள்ளே போனாள். ஜன்னலின் வழியே பார்த்தேன். அவள் சிவப்பு நிறத்தில் இருந்த குட்டி சைக்கிளை நகர்த்திக்கொண்டு நகர வாசலில் இருந்த செங்கொன்றை மரம் தன் மலர்களால் அந்தக் காட்சியை நிறைக்கிறது.

டிவி மேலிருந்த அந்த நோட்டை எடுத்தேன். முதல் பக்கத்தைப் பார்த்தேன். *N. எஸ்தர் ராஜகுமாரி XI Botany* என்று எழுதியிருந்தது. பார்க்கும் இடத்திலெல்லாம் உன் முகம். உன் சாயல், சாதாரண, எளிமையான கையெழுத்து, பூக்கோலம் மாதிரி. அவள் எழுத்தைப் பார்ப்பதே சந்தோஷம். அந்த உணர்வை எப்படி எழுதுவது? என் எஸ்தர். என் ராஜகுமாரி. என் எஸ்தர் ராஜகுமாரி.

31–01–2000

சிகரெட் பிடிக்கிற இளைஞர்களைத்தான் பெண் களுக்குப் பிடிக்கும் என்று சுதாகர் சொன்னான். இரயில்வே ஸ்டேஷனுக்குப் பின்னால் இருக்கிற ஆலமரத்தடியில்தான் என் முதல் சிகரெட் முயற்சி. வாந்தி வருவது போலிருக்கும். குமட்டும். இருமல் வரும். கிறுகிறுக்கும். பயப்படக்கூடாது. பி.டி. வாத்தியார்

மகாதேவன் ‘பிராணாயாமம்னு சொன்னார்ல. அதுல இது ஒருவகை என்று சிரித்துக்கொண்டே சொன்னான் சாந்தகுமார். அவர்கள் இருவரும் மூக்கில்கூட புகை விடுகிறார்கள். எல்லாப் பெண்களுக்கும் பிடித்தால் எஸ்தருக்குப் பிடிக்குமா? பிராக்டிஸ் செய்வதற்கு இரண்டு கோல்ட் ஃபிளாக் கிங்ஸ் சுதாகர் கொடுத்தான்.

03–02–2000

இன்று எஸ்தரைப் பார்க்கவில்லை. அவள் ட்யூஷனுக்குப் போகும் புதுத் தெருவில் காத்திருந்தேன். எஸ்தரைப் பார்க்காமல் தலைவெடிப்பதுபோல் இருக்கிறது.

05–02–2000

காதலைச் சொல்லும் தருணம் கனிந்துவிட்டதாக உணர்கிறேன். மொட்டை மாடியில் தண்ணீர் தொட்டிக்குக் கீழே உட்கார்ந்து எஸ்தருக்கான காதல் கடிதத்தை எழுதினேன். கடிதத்தை எடுத்துக்கொண்டு சரஸ்வதி வீட்டுக்குப் போனேன். பதற்றமாக இருந்தது. சரஸ்வதி உதவி செய்வாளா என்பதும் சந்தேகமாகவே இருந்தது. சரஸ்வதி டிவி பார்த்துக்கொண் டிருந்தாள். வீட்டில் யாரும் இல்லை. ‘உங்கிட்ட தனியாப் பேசணும்’ என்றேன்; எழுந்து வந்தாள். எஸ்தருக்கான கடிதத்தைக் கொடுக்கலாம் என்று எடுக்கிற தருணத்தில் அவளது அப்பா வந்துவிட்டார். பதற்றத்தில் ஒன்றும் பேசாமல் வந்துவிட்டேன். துரதிர்ஷ்டமான மாலைப்பொழுது.

07–02–2000

எஸ்தர் எஸ்தர் எஸ்தர் எஸ்தர் எஸ்தர் எஸ்தர் எஸ்தர் எஸ்தர் எஸ்தர் எஸ்தர் எஸ்தர் எஸ்தர்.

08–02–2000

மிட்டேர்ம் டெஸ்ட் மார்க் வந்தது. இரண்டாவது ரேங்க்கில் இருந்த நான் பத்தாவது ரேங்க்கில் இருக்கிறேன். நல்ல வேளையாக சுதர்ஸன் அப்பா போலக் கையெழுத்துப் போட்டுக் காப்பாற்றினான்.

12–02–2000

நண்பர்கள் யாரையும் சந்திக்கவில்லை. ஸ்பெஷல் கிளாஸ்க்குப் போகாமல் ரயில்வே ஸ்டேஷனுக்குப் போய்த்

தனியாக உட்கார்ந்திருந்தேன். கோல்ட் ஃபிளாக் துணையாக இருந்தது. மனம் வெறுமையாக இருக்கிறது. ஒரு காகிதத்தைக் கொடுக்கும் துணிச்சல் கூட இல்லை. சரஸ்வதி வீட்டில் கெஸ்ட் வந்திருந்ததால் ஒரே கூட்டமாக இருந்தது. நேற்று அவளை லைப்ரரியில் பார்த்தபோதுகூட பார்க்காதது மாதிரி இருந்து விட்டேன். என்மேல் எனக்கே வெறுப்பாக இருக்கிறது.

17-02-2000

Exam நெருங்கிவிட்டதால் எஸ்தரைப் பார்க்க முடிய வில்லை. சாயங்காலங்களில் வெளியே வருவதே இல்லை. ஸ்டடி லீவ் வேறு.

பத்து நாட்களுக்குப் பிறகு அபிதா சரஸ்வதியைப் பார்க்கப் போனேன். இன்று கடிதத்தைக் கொடுக்கவில்லையென்றால் கண்டிப்பாகக் கிழித்து எறிந்துவிட வேண்டும் என்று உறுதியாக இருந்தேன்.

அபிதா தனியாக இருந்தாள். நான் நுழைந்ததும் ஓடிக்கொண்டிருந்த டிவியை நிறுத்தினாள். ஒன்றுமே பேச வில்லை. அந்த அமைதி கஷ்டமாக இருந்தது. கடிதத்தை எடுக்கலாமென்று அபிதாவைப் பார்த்தேன். அவள் கண்கள் கலங்கியிருந்தன. என்னவென்று கேட்டேன். அழுதுகொண்டே வேகமாக அறைக்கு ஓடினாள். ஒரு நோட்டை என்னிடம் கொடுத்தாள்.

கோல நோட்டு. உள்ளே அழகழகான கோலங்கள். எட்டுப்புள்ளி எட்டு வரிசை, மயில், அன்னம் என்று விதவிதமான கலர்க் கோலங்கள், அடுத்த பக்கம் திறந்தேன்.

ஸ்ரீராமஜெயம் மாதிரி என் பெயர். சரவணன், சரவணன், சரவணன் என்று வரிவரியாய் நோட்டு முழுக்க என் பெயர். இடையிடையே நீர் ஊறியிருந்தது. அபிதாவை ஆச்சரியத்துடன் பார்த்தேன்.

'பத்து நாளா எங்க போன... உன்னைப் பார்க்காம என்னால...' அழுதாள். அபிதா சரஸ்வதிக்குள் இப்படி ஓர் உலகம். எத்தனை நாள் சொல்லத் தயங்கினாய்? உன் வலி எனக்குப் புரிகிறது அபிதா. இரவு முழுக்கத் தூங்கவே இல்லை.

27-02-2000

டைரி எழுதி வீட்டில் மாட்டிக்கொண்டதாக சாந்தகுமார் சொன்னான். ஏதாவது சுருக்கெழுத்து அல்லது code word வைத்துக்

கொள் என்று சொன்னான். சுதாகர் பொறாமை பிடித்தவன் என்பதால் அவனிடம் எதுவும் சொல்லிக்கொள்ளவில்லை.

04–03–2000

இன்று அ 'ச', வீட்டுக்குப் போனேன். அவள் கேட்டிருந்த பட்டு ரோஜாச் செடியை *Dalfodilis* நர்சரியில் வாங்கிக் கொடுத்தேன். அதற்குப் பதிலாக எனக்கு ஒரு 'பூ' கொடு என்று கேட்டேன். கொடுத்தாள். தினம் ஒரு 'பூ' தருவாயா என்று கேட்டேன். பதிலாக, ஒரு சிரிப்பு. இன்று ரெக்கார்டு நோட்டின் கடைசிப் பக்கத்தில் இரண்டு பென்சில் கோடுகள் போட்டுக்கொண்டேன்.

இந்தியா டுடே, ஏப்ரல் 2001

2

தொலைவில் தெரியும் வானம்

'ஸ்டார்ட் கேமரா ...'

'க்ளாப்... எங்கய்யா... வாசு'

'ரெடிசார் த்ரீ பை ஒன் டேக் ஒன்'

ஏரிப்ளக்ஸ் கேமரா க்ர்ரென்று உயிர்த்துக் கொண்டு சுட்டுத்தள்ள கதாநாயகன் ஜீவா, யாமினியின் காதோரம் நுகர்ந்தான்.

ஏ.வி.எம். கார்டனில் ஷூட்டிங் டென்ஷனையும் மீறி, அஸிஸ்டென்ட் டைரக்டர் வாசு தன் அப்பாவின் வருகையை எதிர்பார்த்துக் கொண்டிருந்தான்.

கட்... இட்... கட்... இட்... ஜீவா... இன்னும் கொஞ்சம் லைவா பண்ணுங்க...

யாமு நீ கொஞ்சம் கண்ணை சொக்குனு மாதிரி வச்சுக்க... வெயில ஷூட் பண்றேன்... டைட் க்ளோஸ்... ஓகே... சார் ரெடி.

யாமினி மென்ஞ்சால் முகம் ஒற்றிக்கொண்டாள். ஜீவா தலைவாரிக் கொண்டான். வாசு ஓரமாய் நின்று இடுப்பில் க்ளாப் போர்டை சாய்த்துக் கொண்டு நம்பரை அழித்து இரண்டாவது டேக் என்று சாக்பீஸால் குறித்துக்கொண்டான்.

'எக்ஸ்போஷா எவ்வளவு சீனு?'

'சார்... பைவ் ஸிக்ஸ் மைனஸ்'

'ரெடி ... சார் ஆர்டர்' கேமரா மேன் வியூபைண்டரில் குவிந்தார்.

'ஸ்டார்ட் சவுண்ட்.'

'ரோலிங் சார்.'

'கேமரா ...'

'டேக் டு.'

'ஆக்ஷன்'

யாமினியின் கன்னத்து மேலிருந்த பொன்முடிகள் உரசி ஜீவா இரண்டாவது டேக்கில் சரியாக நுகர்ந்தான்.

'மனோகர் ... இது அந்த ஊட்டிஸாங்ல இன்சர்ட் ... குறிச்சுக்க ... இரண்டாவது ஓகே போட்டுக்க'

டைரக்டர் குறுந்துவாலையால் முகம் துடைத்துக்கொண்டு அடுத்த காட்சி எடுப்பதற்கெனப் புல்வெளியில் நடந்தார்.

வாசு க்ளாப் போர்டை இன்னொரு அஸிஸ்டென்டான கணேஷிடம் கொடுத்தான்.

'கணேஷ் ... அப்பா வர்றேன்னாரு ... ஒரு நிமிஷத்தில் பாத்துட்டு வந்துர்றேன்' ஸ்டுடியோவின் நுழைவாயிலை நோக்கி நடந்தான்.

நேற்று சாயங்காலம் ஊரிலிருந்து அப்பா வந்திருந்தார். கோடம்பாக்கம் ராம்தியேட்டர் ஸ்டாப்பில் இறங்கி எதிரில் வந்தால் கங்கையம்மன் கோயில் சந்து. நேராக வந்து மூன்றாவது வலதில் திரும்பினால் 92B. பத்துக்குப் பதினைந்தில் ஓர் அறை. ஐந்து குடித்தனங்கள் பொதுக் கழிப்பறை. ஆறுதலாய் ஒரு தென்னைமரம். எண்ணூறு ரூபாய் வாடகை (கரண்ட் சார்ஜ் தனி) மூன்று பேர் இலட்சிய ஜீவனம் நடத்தும் பேச்சிலர்ஸ் அறை.

வாசுவின் அப்பா முத்துமணி ஒருகணம் தயங்கித்தான் அறைக்குள் வந்தார். தரையடியில் சிதறிய சிகரெட் துண்டுகள். அலட்சியமாய் மூலையில் எறியப்பட்ட ஜட்டிகள், விரித்துக் கிடந்த பாய்கள் சில புத்தகங்கள் எல்லாம் கடந்து பைரேலி காலண்டரில் இருந்த ஐரோப்பியக் குமரி. தன் நிர்வாணம் மறந்து அசந்தர்ப்பமாய்ச் சிரித்தாள்.

'வாசு ... தேவன் ...'

'வாங்க சார் ... நீங்க ...'

'அவரோட அப்பா ...'

வெள்ளை வேட்டியும் சட்டையுமாக எளிமையாய் இருந்தார்.

'வாங்க... உள்ளே வாங்க... வாசு டீக்கடைவரைக்கும் போயிருக்கான்' நவீன்தான் அப்பாவைச் சமாளித்து உட்கார வைத்திருந்தான்.

வாசு தேநீர் அருந்தி செந்திலுடன் திரைக்கதை பேசி சிகரெட் பகிர்ந்து திரும்பும்போது அறைக்குள் இருப்பது அப்பா... போலத் தெரிந்தது.

'வாங்கப்பா...'

ஓரம் கிழிந்த பாயில் அமர்ந்து பழைய ஜூனியர் விகடன் படித்தவர் நிமிர்ந்தார்.

'வாசு...'

'என்னப்பா திடீர்னு... வீட்ல அம்மா, தங்கச்சி எல்லோரும் நல்லாயிருக்காங்களா?'

'நல்லாயிருக்காங்க... இங்க பனகல் பார்க்கில ஓவியர் சங்க மாநாடு. அதுக்காக வந்தேன். நீ நல்லாயிருக்கீல...'

'இருக்கேன்ப்பா...'

முத்துமணி ஒரு ஓவியர். விளம்பர போர்டுகள், துணிப்பேனர்கள், சுவர் விளம்பரங்கள் எழுதுபவர். உள்ளூரான மானாமதுரையிலேயே ஓவியர் சங்கத்தில் செயலாளராய் இருக்கிறார்.

'முகம் கழுவிக்கங்கப்பா... டீ சாப்டலாம்... வாங்க.'

முத்துமணி தனது பையிலிருந்து காகிதத்தால் சுற்றிய இரண்டு பொட்டலங்களை எடுத்தார்.

'என்னப்பா... எதுக்கு...'

'உங்க அம்மாதான் கொடுத்துவிட்டா... மாங்கா ஊறுகா.'

நானூறு மைல்களுக்கு அப்பாலிருந்து அம்மாவின் அன்பு, இன்னொரு பார்சலில் விதையில்லாத திராட்சைகள். தியாகராய நகரில் தேடி வாங்கியிருப்பார். சின்ன வயசில் சந்தைக்குப் போகையில் இதுதான் வாங்கித் தருவார். வாசு நெகிழ்ச்சியாய் உணர்ந்தான்.

'வாங்கப்பா...' எழுந்து வேட்டியைச் சரி செய்து கட்டிக் கொண்டார்.

ஹார்மோனியம்

பாத்ரூம் அழைத்துப்போனான். உள்ளே யாரோ இருந்தார்கள்.

முத்துமணி அந்த காம்பவுண்டைப் பார்த்தார்.

'அஞ்சு குடும்பம் இருக்கு... அவசரம்னா குளிச்சுகிளிச்சுட்டு நேரத்துக்குக் கிளம்பறது கஷ்டமேப்பா...'

'கஷ்டம்தான். இல்லப்பா... இன்னும் பத்து நால்ல பெரிய வீடு வசதியாக இருக்கும் அங்கெ மாறிடுவேன்' பொய் சொன்னான்.

பாத்ரூமிலிருந்து ஹவுஸ் ஓனர் வந்தார்.

'சார்... அவங்க என் அப்பா... ஊரிலிருந்து வந்திருக்காங்க' ஹவுஸ் ஓனர் இசைவாய்த் தலையசைத்தார்.

'தண்ணி வரல வாசு... பைப் அடைச்சிருக்குன்னு நெனைக்குறேன்... பாக்கச் சொல்லணும்.'

வாசு தர்மசங்கடமாய் உணர்ந்தான்.

'மார்ச் மாசம் ஆயிட்டாலே தண்ணிப் பிரச்சினைதான்' அசடு வழிந்தான்.

அப்பாவைக் காக்க வைப்பது அசௌகரியமாய் இருந்தது.

அடுத்த தெருவில் இருக்கும் கேரளத்துக்காரர் மெஸ்ஸுக்கு அழைத்துப் போனான். வழியில் எதுவும் பேசவில்லை. நன்றாக இருட்டியிருந்தது.

'இப்ப வேலையெல்லாம் பரவாயில்லயாப்பா...'

'முன்ன மாதிரிப் பாக்க முடியல... முதுகுவலி... குனிஞ்சு எழுத முடியல... அடுத்த மாசம் கண் ஆபரேசன் வேற பண்ணணும்...'

'தங்கச்சி நல்லாப் படிக்குதா...'

'படிக்குது. டீச்சருக்குப் படிக்கணுமாம். மார்க் வாங்கிரும்... படிக்க வைக்கணுமே.' இருவரும் மௌனமாய் நடந்தனர்.

'அதுக்குத்தான்... குடிதாரா... அது வாங்கணுமாம்'

'சுடிதார்...'

'மெட்ராஸ்ல தான் வாங்கணுமாம். ஏதோ சினிமா மாடல்ல புதுசா வந்திருக்காம். உங்களுக்கு வாங்கத் தெரியாது அண்ணனைக் கூட்டிட்டுப் போயி வாங்குன்னு சொன்னுச்சு. என்ன ஐநூறு ரூவா இருக்குமா... கொண்டு வந்தேன்...

”வாங்கலாம்ப்பா…’

வாசுவுக்கு மூத்தவனாய் இருந்தும் இதுமாதிரியான அடிப்படையான சந்தோஷங்களைக் கூட நிவர்த்தி செய்ய தனக்குப் போதிய வருமானம் இல்லையே என நினைக்க குற்ற உணர்வாய் இருந்தது. ஊருக்குப் போய் ஆறு மாசமாகிவிட்டது. இன்னும் ஒரு பைசா கூட அனுப்ப முடியவில்லை. ஆர்.டீ.எம் காலேஜில் பி.காம் படித்ததோடு சென்னையில் ஃபைனான்ஸ் கம்பெனியில் வேலை கிடைக்கும் என்று பொய்சொல்லி ஆயிரம் ரூபாய் வீட்டில் வாங்கிக் கொண்டு மருது பாண்டியர் பஸ்ஸில் ஏறி சென்னை வந்து சினிமாக் கம்பெனியாய் ஏறி இறங்கி, பட்டினி கிடந்து தங்க இடமில்லாமல் அலைந்து… கடந்த மூணு வருஷத்தில் போன வருடம்தான் அஸிஸ்டெண்ட் டைரக்டராய்ச் சேர முடிந்தது. இது இரண்டாவது படம். ஷூட்டிங் இருந்தால் ஐம்பது ரூபாய் பேட்டா. இல்லாத நாட்களில்? எல்லாம் ஒரு நம்பிக்கை. ஒருநாள். ஒருநாள் பெரிய டைரக்டராகி காலமெல்லாம் பெயிண்ட் அடித்தும் பேனர் எழுதியும் விரல் தளர்ந்து போன அப்பாவுக்கும் அடுப்படி தவிர வேறு உலகம் அறியாத அம்மாவுக்கும் லட்சம் லட்சமாய் சம்பாதித்துத் தரவேண்டும். தங்கைக்கு ஊர் சிறக்கக் கல்யாணம் நடத்திப் பார்க்க வேண்டும்.

எதிரே வந்த லாரியின் வெளிச்சம் கண் கூசியது.

மெஸ் வந்துவிட்டது.

வாசுவைப் பார்த்ததும் உள்ளேயிருந்த இருவர் கையசைத்தனர்.

‘சேட்டன் ரெண்டு டீ’

‘என்ன வாசு ஆளையே காணோம். ஜூட்டிங் பிஸியா…”

‘ஆமா சேச்சி…’

டீக் குடித்ததும் கணக்கெழுதப் போனான்.

‘இரு… வாசு… சில்லறை இருக்கு…’ முத்துமணி சட்டையின் உள்பையிலிருந்து ரூபாய் கத்தைகளை எடுத்தார். ஐம்பது ரூபாய் இருபது ரூபாய் பத்து ரூபாயென அழுக்கான இரண்டாய் மடித்து சுருட்டி ரப்பர் பேண்ட் போட்டு வைத்திருந்தார்.

‘ஏம்ப்பா… ரூபாயை இப்படி வச்சிருக்கீங்க’

‘மெட்ராஸில பிக்பாக்கெட் ஜாஸ்தி. நிமிஷத்தில் அடிச்சுடுவான்.’

வாசுவுக்குச் சிரிப்பாய் இருந்தது.

'ரூபாய் போனாலும் உன் தங்கச்சி சுடிதாருக்குப் பதில் சொல்ல முடியுமா... அதான்' சிரித்தார்.

மெஸ்ஸிலிருந்து திரும்புகையில் பேசுவதற்கு ஒன்றும் இருக்கவில்லை. நகரத்தின் பிரமாண்டத்தையும், வழியில் இருந்த வடபழனி முருகன் கோயிலையும் பார்த்துக்கொண்டே வந்தார்.

'வாங்குற சம்பளம் பத்துதா... வாசு'

'டெய்லி நூறுரூபா பேட்டா தருவாங்க. சம்பளம் தனி. சாப்பாடு குடுத்திருவாங்க. காலைல கார் வரும் கூட்டிட்டுப்போக. திரும்ப கார்ல வந்து இறங்கிக்கலாம்.'

முத்துமணிக்குப் பெருமையாகத்தான் இருந்தது.

சம்பளம்னா எவ்வளவு தருவாங்க?

தர்மசங்கடமான கேள்விதான். வாசு பொய்களைத் தயார் செய்தான். போன படத்திற்கு பேட்டா கூட ஒழுங்காய்க்கிடைக்க வில்லை. நாற்பதுநாள் ஷூட்டிங் இருந்தால் ஆறுமாசம் ஷூட்டிங் இருக்காது. இதையெல்லாம் சொல்ல முடியுமா? பத்தாயிரத்திலிருந்து பதினஞ்சாயிரம் கிடைக்கும்... என்று சொல்ல நினைத்தான். அப்பாவிடம் பொய்சொல்ல நினைத்ததே அவனை மேலும் குறுகுறுக்க வைத்தது.

'என்னமோப்பா... சினிமா நம் வகையறாவிலேயே புதுசு... ஏதோ ஆசைப்பட்டு வந்துட்ட... குடும்பத்துக்கு மூத்த புள்ள... நீ நல்லாயிருந்தாத்தான் எங்களுக்கு நம்பிக்கையா இருக்கும்'

'அதெல்லாம்... நல்லா வந்துடுவேம்ப்பா...' நம்பிக்கையோட சொன்னாலும் உள்ளூர சோகமாய் இருந்தது.

அறைக்கு வந்ததும் வாசு அவனது ஆல்பத்தை எடுத்துக் காண்பித்தான். முன்னணி நடிகர் நடிகையுடன் அவன் எடுத்துக் கொண்ட புகைப்படங்கள். முத்துமணிக்கு சந்தோஷமாய் இருந்தது.

'இதுதான் ரஜினிகாந்த்தா..? தோள்மேல கைபோட்டிருக்காரு?'

வாசு சிரித்தான். நவீன் சொன்னான். 'இதுதான் குஷ்பு.'

'நீ ஏதோ பக்கத்துல சொல்லிட்டிருக்க... என்ன சொல்ற?'

'வசனம் சொல்றேன். டைரக்டரு வாசிச்சுக் காமின்னு சொன்னாரு. நான் வாசிக்கிறேன்.'

'அப்ப அந்த அம்மாவுக்கு உன்னத்தெரியுமா?'

'என்னப்பா இப்படிக் கேக்குறீங்க. ஒரு படத்துல அம்பது நாள் கூடவே ஒர்க் பண்ணும்போது தெரியாம இருக்குமா?'

'அது இல்ல... இப்ப வாசுன்னு சொன்னா அவங்களுக்குத் தெரியுமா?'

வாசு வாய்விட்டுச் சிரித்தான். முத்துமணியும் சிரித்தார்.

'அஸிஸ்டெண்ட் டைரக்டர்னா சும்மாவா... எல்லா நடிகர் நடிகையும் ஃப்ரெண்ட் மாதிரி பழகுவாங்க.'

நவீன் சொல்லச் சொல்ல முத்துமணிக்குப் பெருமை பிடிபடவில்லை.

'இல்ல... தெரியாமத்தானே கேக்குறேன். அப்ப வாசுவை நல்லாத் தெரியும்னு சொல்லுங்க...' வெகுளித்தனமாக அவர் கேட்டவிதம் வாசுவுக்கு சிரிப்பாக இருந்தது.

'ஜெமினி கணேசன்லாம் உனக்குப் பழக்கமா...'

நவீனுக்குச் சிரிப்பு அடக்க முடியவில்லை.

'இல்லப்பா... நாம வேல பாக்குற படத்தில யார் யார் இருக்காங்களோ அவங்க நல்லாப் பழகுவாங்க. ஒரு தடவை சத்யராஜ் இருக்காருல்ல அவருகூட வீட்டுக்குப் போய் அங்கேயே அவர்கூட சாப்புட்டு வந்திருக்கேன். பெரிய கோடீஸ்வரங்களா இருந்தாலும் எங்க கூட வித்தியாசம் பாக்காம பழகுவாங்க'.

'ஏன் வாசு... இதுல ரெண்டு படம் குடுக்கறியா... அம்மாகிட்ட தங்கச்சிகிட்ட எல்லாம் காட்டணும்.'

'ஏம்ப்பா அப்படியே எடுத்துட்டுப் போங்க... நானே ஊருக்கு வரும்போது கொண்டுவரலாம்னு நெனச்சேன்' என்று கொடுத்தான்.

'இருக்கட்டும்... போகும்போது எடுத்திட்டுப் போறேன். சந்தான மாமாகிட்டக்கூட காட்டலாம். உன் தங்கச்சி ஒருத்தி போதும். ஊரையே ரெண்டாக்கிடுவா' என்று ஆல்பத்தையே பார்த்துக்கொண்டிருந்தார்.

மணி ஒன்பதாகியிருந்தது.

'சரி வாசு. நான் கிளம்பறேன். காலைல ஆறுமணிக்கு சங்க நிர்வாகிகள் எல்லாரும் கிளம்பி மினிஸ்டரை வீட்ல போய்ப்பாக்கணும். இங்கிருந்தா முடியாது. இந்த ஆல்பம்

இங்கேயே இருக்கட்டும். நாளைக்கு வேலைய முடிச்சிட்டு மூணுமணிப்போல வர்றேன். வந்து ஊருக்குப் புறப்படறேன்.'

'சாப்டாமக் கூட கிளம்புறீங்க... நாளைக்கு மூணுமணிக்கு ஏவிஎம் ஸ்டுடியோல ஷூட்டிங் ... சாயங்காலம் வாங்கப்பா எங்க ஷூட்டிங் பாக்கலாம். இருந்துட்டுப் போகலாம்ல ...'

எவ்வளவோ சொல்லியும் கிளம்பினார்.

'நாளைக்குக் கரெக்டா வந்திருங்கப்பா. நவீன் ரூம்ல இருப்பான். உங்களை ஏவிஎம் கூட்டிட்டு வந்திடுவான் ...'

அப்பாவுக்கு முன்னால் பிரபல நடிகர்களோடு தான் பேசுவதையும் பழகுவதையும் பார்த்தாவது அப்பா சந்தோஷப் படுவார். முத்துமணிக்கும் கூட அந்த ஆசை இருந்தது. வந்ததற்கு இப்போது சந்தோஷமாய் இருந்தார்.

ராம் தியேட்டர் பஸ் ஸ்டாப் வரை வாசுவும் நவீனும் உடன் வந்தனர். முத்துமணி நவீனுடன் பேசிக்கொண்டு இரண்டடி முன்னால் நடந்தார்.

'சின்ன வயசில நாடகம் கீடகம்னு திரிவான். நான்கூட அவனைக் கண்டிச்சிருக்கேன். ஒரே புடியா இருந்து சேந்துட்டான். என்ன ... கோபம் ... கோபம் மூக்குமேல வரும். ஏதாவது திட்டிட்டா ரெண்டு நாளா சாப்டமாட்டான். எப்படியோ நல்ல இடத்துலதான் இருக்கான். நீங்கலாம் அன்னந்தம்பியா கூட இருந்து ஒருத்தருக்கொருத்தர் உதவியா இருக்கணும்.'

'சரிங்க... சினிமால சேர்றதே பெரிய விஷயம் டைரக்டருக்கு அஸிஸ்டென்ட்டா சேர்ரதுக்கே ஆயிரம்பேர் போட்டி போடுறாங்க, தெறமை வேணும். வாசு தெறமைசாலி. நல்லா வருவான்.'

'நாலு பெரிய மனுஷங்க மத்தியில இருக்கறதே கவுரவம்தானே.'

'மரியாதையான வேல. வேல நல்லபடியா இருந்து பொழச்சுக்கணும்.'

'பின்ன ... நாளைக்குப் படம் தியேட்டருக்கு வரும்போது வாசுபேரும் திரையில வரும்ல.'

'அப்படியா.. பேரு வேற வருமா . . ?' முத்துமணி சந்தோஷப்பட்டார்.

'என்னமோ தம்பி... நான் கட்அவுட், பேனருன்னு சிவாஜி, எம்ஜியார்ல இருந்து இன்னிக்கு வர்ற ஆக்டரு எல்லாரையும்

படமாத்தான் பாத்து படமாத்தான் வரையறேன். இவன் நெசமா பார்த்துப் பழகுறான் நல்லா வரணும்.'

'நாளைக்கு கண்டிப்பா வந்துடுங்கப்பா ... நான் வெயிட் பண்ணுறேன்.'

12B பஸ் வந்தது. போகும்போது கையசைத்துப் பிரிந்தார். திரும்புகையில் வாசுவுக்கு மனசெல்லாம் பாரமாக இருந்தது. அப்பாவை உடன் தங்கவைத்துக்கொள்ளும் அளவுக்கு வசதியான அறை இல்லை. அதுதான் அவராகப் புரிந்துகொண்டு போய்விட்டாரோ? நகர வாழ்க்கையை நினைக்கையில் அதன் இயந்திரத்தனமும் அவசரகதியும் எரிச்சலாக இருந்தது. அப்பாவைக் குறித்த சின்ன வயசு ஞாபகங்கள் எல்லாம் வந்தன.

ஒருமுறை மூணாவது வாத்தியார் ஏதோ தப்பு பண்ணிய தற்காக முதுகு வீங்க அடித்துவிட்டார். அதற்காக அப்பா பள்ளிக் கூடம் வந்து 'எப்படிய்யா எம்மவனைத் திட்டுவ அடிப்ப ...' என்று ஹெட்மாஸ்டர்வரை வந்து சண்டை போட்டது ஞாபகம் வந்தது. இப்போதுதான் எவ்வளவு தளர்ந்துவிட்டார்? ஏதேதோ யோசனைகளில் நடந்துகொண்டேயிருந்தான்.

ஏ.வி.எம்.மின் நுழைவாயில்வரை வந்துவிட்டான்.

மணி ஐந்து ஆகிவிட்டது. ஐந்தரைககெல்லாம் சூரிய ஒளி இறங்கிவிடும். இன்னும் ஒன்றிரண்டு ஷாட்கள் மீதமிருந்ததால் படப்பிடிப்புக்குழு பரபரப்பாய் இயங்கியது.

வாசு அப்பாவை எதிர்பார்த்துக்கொண்டிருந்தான்.

நவீன் மூச்சிரைக்க முத்துமணியை சைக்கிள்ல வைத்து ஓட்டிக்கொண்டு வந்தான்.

'ஏம்ப்பா லேட் ... உங்களுக்காகத்தான் வெயிட் பண்ணிட் டிருக்கேன் ... வாங்க ...'

'வாசு ... எனக்கு சாலிக் கிராமத்தில ஒரு வேல இருக்கு. வர்றேன் ... நீங்க ஷூட்டிங் பாருங்க ... வர்றேன்' நவீன் கிளம்பினான்.

அப்பாவைக் கூட்டிக்கொண்டு நடக்கையில் வாசுவுக்குப் பெருமிதமாய் இருந்தது. 'இதுதாம்ப்பா ... ரெகார்டிங் தியேட்டர் ... இங்கதான் பாட்டெல்லாம் பதியறாங்க.' முத்துமணிக்குப் பிரமிப்பாய் இருந்தது.

'நம்ம ஊரு செட்டியாரு ... ஸ்டூடியோதானே ... அடேங்கப்பா ... வளைச்சுக் கட்டிருக்காரே' எடிட்டிங் சூட்டுக்கு

எதிரே டி.வி. சீரியல் ஷூட்டிங் நடந்தது. 'தம்பி ... வாசு ... சக்தி நாடகத்துல நடிச்சானே ... அது அவன் தானே ...' என்று மெதுவாய்க் கேட்டார். ஸ்டுடியோ உள்ளே வந்ததும் இயல்பை விட மெதுவாகவே பேசினார்.

'ஆமாப்பா ... வாங்க ... எங்க ஷூட்டிங் அங்கெ நடக்குது ... கணேஷ் இது எங்க அப்பா ...' கணேஷ் வணக்கம் சொல்லிக் கைகொடுத்தான். முத்துமணிக்குப் பெருமையாய் இருந்தது.

'ஹாய் ... வாசு ... என்ன கார்டன்ல ஷூட்டிங்கா ...' என்று வாசுவைப் பார்த்து ஒருவர் வணக்கம் சொன்னார்.

வாசு பதில் வணக்கம் சொல்லி 'அப்பா ... அவருதான் ஏ.வி. எம் ஸ்டூடியோவில் ஃப்ளோர் இன்சார்ஜ் ... எனக்குப் பழக்கம்.'

'யாரு வாசு ... கெஸ்ட்டா ?'

'எங்க அப்பாடா'

'வணக்கம் சார் ...'

இன்னும் இரண்டுபேரிடம் அறிமுகம்செய்துவைத்தான். அவர்கள் எழுந்து நின்று கை கொடுத்தார்கள்.

'ஏம்ப்பா வாசு ... எல்லோரும் பேண்ட் போட்டிருக்காங்க. நான் மட்டும் வேட்டியில.. உள்ள வரலாமா ...'

'என்னப்பா ... நீங்க ... வாங்க ...'

'இல்ல யாரும் ஒண்ணும் சொல்ல மாட்டாங்களே ...'

'நீங்க பாட்டுக்கு வாங்க ... புரொடக்ஷன் ?'

புரொடக்ஷன் பாய் 'சார்' என்று வந்தான்.

'ரவி ... இது எங்க அப்பா ... டீ கொடு... டிபன் இருக்கா ...'

'தர்றேன் சார் ... வாங்க சார் ...'

'அய்யோ ... ஒண்ணும் வேணாம். நான் இப்பத்தான் சாப்டேன் ...'

'சரி ரவி கொஞ்சம் நேரம் கழிச்சுக் குடு'

முத்துமணிக்கு சகலமும் பிரமிப்பாய் இருந்தது. டெக்னிஷியன்கள், லைட் மேன்கள், நடிகர்கள் என்று நூறு பேருக்குக் குறையாமல் அவரவர் வேலையில் இருந்தார்கள். ஸ்டூடியோவிற்கு வேறு வேலையாய் வந்தவர்கள் மரத்தடியில் நின்று வேடிக்கை பார்த்தனர். இந்த அறுபது வயசில் முத்துமணி

ஸ்டூடியோவுக்குள் வந்து இவ்வளவு பக்கத்தில் ஷூட்டிங் பார்ப்பது இதுதான் முதல்முறை.

‘அப்பா … டைரக்டரை அறிமுகப்படுத்துறேன் … வாங்க …’

‘இல்லப்பா … நான் இங்கேயே நிக்குறேன். நீ வேலையப் பாரு …’

புல்வெளியில் வெள்ளை நிறத்தில் இத்தாலிய பாணியில் மர இருக்கைகள் இருந்தன. அங்கங்கே வண்ணக் குடைகளின் கீழே துணைநடிகர்கள் இணையுடன் உட்கார்ந்திருந்தனர். சர்வர்கள் கையில் கோக் ஏந்தியபடி உலவினர். முத்துமணிக்கு அது ஒரு திறந்தவெளி ஹோட்டல் போலத் தெரிந்தது. மாலை நேரத்தில் ஒளி மஞ்சள் நிறமாகியிருக்க ஸ்கிம்மன் சாட்டின் துணியில் ஒளி பிரதிபலிக்கப்பட்டுப் புல்வெளியில் இருந்த எல்லோரும் பொன்னிறமான ஒளிவிளிம்போடு அழகாக இருந்தனர். வாசு இடையே போய்த் துணை இயக்குநர்களுடன் சேர்ந்து துணை நடிகர்களுக்கு ஏதோ சொல்லிக் கொண்டிருந்தான். இடையிடையே இங்கும் அங்கும் நடக்கையில் அப்பாவைப் பார்த்துக்கொண்டான்.

வாசு திரும்பி வந்தான்.

‘அப்பா … அவருதான் டைரக்டர் … அவருகிட்டதான் ஜூனியரா இருக்கேன்’.

‘பக்கத்துல உட்கார்ந்திருக்காருல்ல அவருதான் ஹீரோ … போட்டோவில் பாத்தீங்கள்ல …’

‘தம்பி அவருதான் முத்துராமன் மகனா …’

‘இல்லப்பா … ஒரு நிமிஷம் இருங்க வந்திர்றேன் …’

கேமராமேன் அஸிஸ்டெண்ட்கள் அங்குமிங்கும் ஓடி ஒளியினைச் சரிபார்த்தனர்.

‘ரெடி … ஆர்டர் சார் … இன்னும் கால்மணி நேரத்தில லைட்போயிடும்’ கேமராமேன் சொன்னதும் ‘ரெடிசார்’ என்று ஜீவா சேரைவிட்டு எழுந்தான்.

‘ஹீரோயின் ரெடியா … மனோகர்’ என்று டைரக்டர் திரும்பினார். கணேஷ் பக்கத்திலிருந்து ‘காஸ்ட்யூம் சேஞ்ச் பண்ணப்போயிருக்காங்க’ என்றான்.

‘எவ்வளவு நேரம்மயா … டிரெஸ்மாத்த … நீ ரெடியாச்சான்னு போய்ப் பாக்கமாட்டியா … இங்க என்னய்யா பண்ற … எங்கையா

மத்த அஸிஸ்டென்ட்ஸ் எல்லாம் யே வாசு... தெண்டம் இங்க வாய்யா... அங்கெ என்ன பல்லைக் காட்டிட்டுப் பேசிட்டு இருக்க... பரதேசி... ஷூட்டிங் எங்கையா நடக்குது. கூட்டத்தில் என்ன போயி பேசிட்டிருக்க. எங்கையா போயிருந்த இவ்வளவு நேரம்... புடுங்கப் போனியா... ஸ்பாட்ல ஒருத்தனும் இருக்க மாட்டீங்களாய்யா... இங்க வா...

‘என்னய்யா பேசுன அங்க’

“ஒண்ணும் இல்ல சார்... அது”

என்ன லொல்ல சார்... தத்தி... பதிலா பேசுற பதில... பல்ல உடைச்சிடுவேன்...’ டைரக்டர் கத்துவதைப் பார்த்து ஒரு நிமிஷம் எல்லோரும் அங்கேயே பார்த்தனர். சூழல் ஒருமாதிரி இறுக்கமானதாய் இருந்தது. வாசு தலைகுனிந்து நின்றான்.

‘முட்டாக்கூ... இப்ப என்ன சீன் தெரியுமாயா... காஸ்ட்யூம் கலர் என்ன கன்ட்னியூட்டி தெரியுமா. எழுபத்திரெண்டு அஸிஸ்டென்ட் என்ன மயித்துக்கு இருக்கீங்க... புடுங்குறதுக்கா... சேரும்போது கையையும் வாயையும் பொத்திட்டு வருவீங்கெ... ரெண்டு நாள் ஷூட்டிங் வந்துட்டா பெரிய ஹீரோன்னு நெனப்பு வந்துடும். ஏன் நீங்க போயி ஹீரோயின கூப்ட மாட்டீங்களோ... ஈகோ... போயா... வெளில போயா. .. முதல்ல...’

அங்கிருக்கும் நூறுபேரின் பார்வையும் தன்மேல் குவிந்திருப்பதை நினைக்கையில் வாசும் மேலும் மேலும் நொறுங்கினான்.

‘இப்படி அஸிஸ்டென்ட் இருந்தா நாப்பது நாள் படத்தை அறுபதுநாள் எடுக்க வேண்டியதுதான். அங்க நைட்டு புரொடியூசர் எனக்குல்ல ஆப்பு வைக்கிறாரு. உனக்கென்ன க்ளாப்ப அடிச்சிட்டு சாக்பீஸைத்துடைச்சு ஊதிட்டுப்போயிடுவ... இன்னும் என்னய்யா நிக்குற போ... போய்... வர்ராளா என்னான்னு பாரு... ஹோத்தா...’

வார்த்தைகளின் வெப்பத்தில் கருகினான். தலைசுற்றி மயக்கம் வருவதுபோல் இருந்தது.

ஹீரோயின் செல்போனில் பேசியபடி வந்துகொண் டிருந்தாள்.

‘சார் ஆர்டிஸ்டு வந்தாச்சு ரெடி...’

‘டயலாக் ரெடியா வா. யாமினியை ஸஜஸ்டிவா வச்சு எடுத்திடலாம்’

‘ரெடி... ஸ்டார்ட் கேமரா...’

'க்ளாப்பைக் குடுடா முண்டம்'

'பை... பை...' வாசுவுக்குத் தொண்டை அடைத்தது.

'என்ட் க்ளாப கொடு... முண்டம் வெளில வா...'

'ஆக்ஷன்...'

க்ளாப்பை கணேஷிடம் கொடுத்துவிட்டு மரத்தின் பினனால் ஒதுங்கினான். எல்லோரும் தன்னையே கவனிப்பதுபோல் இருந்தது. அவமானத்தில் உடம்பே எரிந்தது. அடிவயிறு விம்ம அழுகை கேவலாக வெடித்தது.

'வெல்டன் ஜீவா... கேமரா மேன் சார் ஒன்மோர் ஷாட்... லைட் பத்தாதுல்ல... காலைல பாத்துக்கலாம்... பேக்கப்'

டெக்னீஷின்கள் கலைய வாசு கண்களைத் துடைத்துக் கொண்டான்.

அப்பா என்ன நினைத்தாரோ. அவர் நின்றிருந்த இடத்தைப் பார்த்தான். கலையும் கூட்டத்தில் பார்த்தான். அவரைக் காணவில்லை.

'அப்பா எங்க... டிபன் சாப்ட்டாரா...' புரொடக்ஷன் ரவியிடம் கேட்டான். 'இல்லசார் கேட்டேன் வேணான்ட்டாரு'

வாசல்வரை வந்து பார்த்தான். அவர் இல்லை. பதற்றமாய் இருந்தது.

'என்ன வாசு... யாரைத் தேடுற'

'யாருமில்ல...'

'இன்னிக்கென்ன டைரக்டர் உனக்கு டின் கட்டிட்டாரு'

இன்னொரு அஸிஸ்டென்ட் முதுகில் தட்டி வக்கிரமாய்ச் சிரித்தான்.

சுற்றிலும் தேடினான். அவர் இல்லை. கேமரா அஸிஸ்டென்ட் ரகுவின் டி.வி.எஸ். 50ஐ வாங்கிக் கொண்டு நேராக அறைக்கு வந்தான்.

அறை பூட்டியிருந்தது. பெரு மூச்செறிந்தான்

ஹவுஸ் ஓனர் தென்னை மரத்தடியில் சோபாவில் உட்கார்ந்திருந்தார்.

"சார்... அப்பா... வந்தாரா..."

அரைமணி நேரம் இருக்கும். வந்தாரு. ரூம் சாவி சன்னல் மேலதான் இருக்கும்னு சொன்னேன். பேக் எடுத்துட்டு

போயிட்டு வர்ரேன்னு சொல்லிட்டுப் போயிட்டாரு... ஏன் வாசு... அவரைப் பாக்கல...'

மன அழுத்தம் தாளாது சுவரில் சாய்ந்தான். அறையைத் திறந்து உள்ளே போனான்.

அவன் பெட்டியின்மேல் ஆல்பம் இருந்தது. அப்பா எடுத்துப் போகவில்லை.

'வாசு... இதை உங்ககிட்ட கொடுக்கச் சொன்னாரு...' ஹவுஸ் ஓனர் கொடுத்து விட்டுப் போனார். தளர்ந்துபோய் அமர்ந்தான். சின்னப் பொட்டலம்போல் இருந்த அதைப் பிரித்தான். பிரிக்கப் பிரிக்க பதற்றம் தாளாது மூச்சு வாங்கியது. பிரித்தான். இரண்டாய் மடித்துச் சுற்றப்பட்ட ஐம்பது ரூபாய் இருபது ரூபாய் பத்து ரூபாய் நோட்டுக்கள். அழுக்கழுக்காய் கசங்கி எண்ணெய்ப் பிசுக்கேறின ரூபாய் நோட்டுக்கள். நுனியெல்லாம் வியர்வையால் நனைந்திருந்தன.

கணையாழி, மே 2001

3

கதை

“என் பெயர் குமரன் மருது. ஆதிமூலத்தின் தூரிகைத் தீற்றல் கலக்காத கோட்டோவியம் போல இருப்பேன். ஒடுங்கிய கன்னங்கள், ஏறுநெற்றி, மாநிறம் 5’ 7” தீர்க்கமான கண்கள் நிறைய நம்பிக்கைகள், கனவுகள், இவ்வளவுதான் நான். நானொரு உதவி இயக்குநர். வார்சன் அண்ட் ட்யூப்பேரா நிறுவனத்தில் அல்ல; பச்சைப் புல்வெளியில் கலர்க்குண்டுகள் வெடிக்கும் தமிழ் சினிமாவில்.

என்ன நமட்டுச் சிரிப்பு? 2004க்குள் தமிழ் சினிமாவின் முன்னணி இயக்குநர் வரிசையில் என் பெயரும் இருக்கும். சரி.

சேது எக்ஸ்பிரஸில் சென்னை வந்து, நேரே ஏ.வி.எம். ஸ்டூடியோ போய், வாயிற்காப்போனால் விரட்டப்பட்டு, கமலா தியேட்டரில் செகண்ட்ஷோ பார்த்து, பாதையோரம் தூங்கி, இரவிலிருந்து துவங்கியது என் இலட்சியக் கலைப்பயணம் என்று பொய் சொல்லப் போவதில்லை. சாப்பிடாமல் அலைந்து திருமண வீடுகளில் செட்டு வேலைக்குப் போய், ஆபீஸ் பையனாக சினிமாக் கம்பெனியில் நுழைந்து ... வேண்டாம். பத்து வருட ஃப்ளாஸ் பேக் உங்களுக்குப் போரடிக்கும்.

நீங்கள் நன்கு அறிந்த பிரபல தமிழ்த் திரைப்பட இயக்குநரிடம் நான் இரண்டாவது உதவியாளன்.

பிரம்மச்சாரிகளுக்கு விதிக்கப்பட்ட அறை (13பி சாரதாம்பாள் தெரு, திருவல்லிக்கேணி) பொதுக் கழிப்பறை. ஒரு ஸ்டவ், ஒரு தோசைக்கல், அறையின் நேர் எதிர் மூலைகளை இணைக்கும் கொடிக்கயிறு,

அழுக்குத்துணிகள், ஓரமாய் மேசை நாற்காலி, நூறு நாள், 125 நாள் ஷீல்டுகள், ஒரு டேப்ரிக்கார்டர், தெலுங்கு, இந்தி, தமிழ்ப் படக் கேசட்டுகள், ஒரு படுக்கை விரிப்பு. ஆஷ்ட்ரேயாக பிலிம்கேனின் பெட்டி.

ஷூட்டிங் என்றால் உயர்தர அசைவம், வேலையில்லை என்றால் உலர்ந்த ரொட்டித் துண்டுகள், பிரிட்டிஷ் கவுன்சிலில் நூலக உறுப்பினன். அறையில் நிறையப் புத்தகங்கள் இருக்கின்றன. வான்கோவின் கோதுமை வயல்களில் படர்ந்த *Yellow Ocre* நிறத்தின் சாயல்களைச் சிலாகித்துப் பேசும் அமெரிக்கப் புத்தகத்திலிருந்து ஒற்றை வைக்கோல் புரட்சிவரை.

மூத்தவன் தறுதலை என்கிற நினைப்பில் அம்மா அப்பா, தம்பிகள் ஊரில் இருக்கிறார்கள். தமிழ் சினிமாவில் விடிவெள்ளி என்கிற நினைப்பில் நான் சென்னையில் வசிக்கிறேன்.

'மெட்ராஸ் வந்து பத்து வருஷமாச்சே . . . என்ன கிழிச்ச ?' என்று கேட்டால் இரண்டு ஜீன்ஸ்களை மட்டுமே என்னால் காட்ட முடியும். நல்ல சினிமா செய்ய வேண்டுமென நெருப்பு எரிந்துகொண்டேயிருக்கிறது மகேந்திரன் அளவுக்காவது.

'மாப்ள . . . சினிமான்றது ஜிகினா. லோ கிளாஸ் ஆடியன்ஸ் இருக்கான்பாரு. ரிபீட்டடு ஆடியன்ஸ் அவன இழுத்தாறணும். தொப்புள் மேட்டரையே வேற மாதிரி பண்ணி கீசிக்கிற முடியுமான்னு பாரு'

'அதைச் செய்யத்தான் இன்டஸ்டிரியே இருக்கே. நான் இதைச் செய்யுறேன். என்னைய வுட்ரு. நான் வேற.'

"காயடிச்சிடுவான்டி."

'நியூவேவ், ஆட்டியர்ஸ் தியரின்னு படிச்சிட்டு யாருக்குப் படமெடுக்கிற ? தாடியைச் சொறிஞ்சுக்கினு தார்க்கோவ்ஸ்க்கி, கீவ்ஸ் லோஸ்க்கி, கோதார் பேசுற அறிவுஜீவிகளுக்கா, இனிய தமிழ் மக்களுக்கா ? கோட் சூட் எல்லாம் போட்டு நடுரோட்ல கரகாட்டம் பாக்கப்போவியா ? அதுக்கு லுங்கிதான். டப்பாக்கட்டு கட்டிக்க. ஆதிமூலம், மருது, சந்ரு எல்லாம் ஸ்டார் ஓட்டல்ல மாட்டிவைக்கலாம். போஸ்டர் அடிச்சு தெருத் தெருவா ஒட்ட முடியாது. புரியாது. இது சினிமா . . . மச்சான் தமிழ் சினிமா பாப்கார்ன் கொரிச்சுக்கினு பாக்குற ஐட்டம்."

'எனக்குத் தொழில் சினிமா. பத்து வருஷம் வாழ்க்கையை, இளமையை முதலீடு பண்ணியாச்சு. இனி ஒரு கம்பெனிக்குப் போய் குமாஸ்தா வேல பாத்து அல்லது பாஸ்ட் ஃபுட் கடைவச்சு பிழைக்க முடியாது'.

‘அப்ப ஒண்ணு செய். நல்ல சினிமா கெட்ட சினிமான்னு பேசறதை விட்டுட்டு தமிழ் சினிமா ஒண்ணு எடு. புரொடியூசரைப் பாரு. கதை சொல்லு மூணு கோடி பட்ஜெட்ல.”

சொன்னேன். அதற்கான முயற்சிகளில் முழு மூச்சாய் இறங்கினேன். பிரபலமான இயக்குநரின் உதவியாளன் என்பதால் வாய்ப்புகள் கிடைத்தன.

‘சார். உங்கமேல் நம்பிக்கை இருக்கு. உங்க டைரக்டரே சொல்லியிருக்காரு. அந்தப் பையன் வருவான்யானு. தி.நகர்ல அடுத்த மாசம் ஆபீஸ் போட்றலாம். லைன் எப்பச் சொல்றீக’

அறைக்கு வந்து பழைய பைல்களைப் புரட்டினேன். ‘உறவைத் தேடும் தென்றல்’னு பத்து வருஷத்துக்கு முன்பு எழுதின கதை. கிழித்துப் போட்டேன். டைட்டில் என்ன வைக்கலாம். சரி கதை என்ன செய்யலாம். பிரபஞ்சனோட ‘மரி என்ற ஆட்டுக் குட்டி’யை டெவலப்பண்ணி ஸ்கிரிப்ட் பண்ணிடலாமா?

‘நாலு ஆட்டுக்குட்டி வாங்கி ஊருல மேய்க்கப் போயிடுவ மச்சான்’

சிங்கிஸ் ஐத்மாத்வோட ‘ஜமீலா’ எப்படியிருக்கும்? இது மாதிரியான தருணங்களில் அரவிந்தன்தான் ஞாபகத்துக்கு வருவான் (அரவிந்தனை உங்களுக்கு முன்பே அறிமுகம் செய்திருக்க வேண்டும். என் போல உதவி இயக்குநன். ‘தேவி’ன்னு பாதில நின்னுபோன படத்தில இருந்து இருவரும் ஸ்நேகம். துரதிர்ஷ்டவசமாக இலக்கியம் படித்து ஏதாவது செய்யலாம் என்று சினிமாவுக்கு வந்த ஞானஸ்தன்.).

இரவெல்லாம் தூக்கம் பிடிக்கவில்லை. அண்ணாசாலை வரை நடந்து திரும்பினேன். கதை? சொல்கிறேன். மியூசிக் டீச்சராக ஒரு கிராமத்துப் பள்ளிக்கூடத்தில் இருந்து, பெரிய பாடகியான ஒருத்தி கதாநாயகி (மியூசிக்கல் சப்ஜெக்ட்னா நல்ல ட்யூன் வாங்கிடலாம்). ட்ரெயின்ல பாட்டுப்பாடற கண்தெரியாத பிச்சைக்காரன் கதாநாயகன் (பிச்சைக்காரன் சிவப்பான அழகான இளைஞன். அவனுக்கு நோய்ப்படுக்கையில் இருக்கும் தாய். ஒரு தங்கை.). பாடகி ஸ்டார் நைட் நிகழ்ச்சிக்காக டிரெயின்ல வர்றா. சரியா? வரும்போது ரயில்வே ஸ்டேஷன்ல அவன் பாடிக்கிட்டே ஒவ்வொரு பெட்டியா ஏறுறதைப் பாக்கறா. அந்த ஸ்டேஷன்ல இறங்கி அவனைத் தன்னோட ஸ்டார் நைட் நிகழ்ச்சியில பாடவைக்குறா கடைசில.

கடேசில, விடிந்து விட்டது. ஒரு மெல்லிய காதல். செகண்ட் ஆப் இருக்கிறது. க்ளைமாக்ஸ் அரவிந்தனுடன் பேசிப் பிடித்துவிடலாம். எட்டுமணிக்கு அப்பாயிண்ட்மெண்ட். தாடியை டிரிம்செய்துகொண்டு அங்கம்யாள் ஒரிஜினல

செட்டிநாடு மெஸ்ஸில் சாப்பிடும்போது 'கணபதி இருக்கும்வரை கவலை இல்லை' என்று சீர்காழி பாடினார்.

சக்தி சினிமூவிஸ் அலுவலகம். எட்டுமணிக்குத் தயாரிப்பாளர் வந்தார். ராகுகாலம் முடிந்ததும் ஆரம்பிக்கலாம் என்றார். ரொம்பவும் டென்ஷனாக இருந்தது. முதல் முயற்சி. வாழ்க்கைப் பிரச்சினை. படம் ஒப்பந்தமாகி முன்னணி ஹீரோவின் தேதி வாங்கி படமும் ஓடிவிட்டால், இந்த சென்னையில் நானொரு புள்ளி. தொலைக்காட்சிப் பேட்டி, பங்களா, கார், தவறவிட்டால் திருவல்லிக்கேணியின் இருண்ட அறை. காய்ந்த ரொட்டித்துண்டுகள். எத்தனை பெரிய சூதாட்டம் இது.

விபூதிப்பட்டை குங்குமத்துடன் விநோதமான மலர் வாசனை அறையில் கமழ, தயாரிப்பாளர் பாயில் உட்கார்ந்தார். நெற்றியில் ஆக்ஞ சக்கரத்தில் கவனம் குவித்து மூச்சை ஒருமுறை ஆழமாகச் சுவாசித்துக்கொண்டேன்.

'ஓப்பன் பண்ணா... ராஜாஜி ஹால்ல பெரிய இசைவிழா சார்'. அவர் அசந்தர்ப்பமாகச் சிரித்தார். 'சிட்டி சப்ஜெக்டா... ஏற்கனவே மூணுஹிட் கொடுத்தாச்சு. வில்லேஜ் இருந்தா சொல்லுங்களே...'

எனக்குக் கண்கள் இருண்டன; ஏசியில் வியர்த்தது.

'அப்டியா சார். ஒரு ரெண்டு நாள் டயம் கொடுங்க.'

ஓகே வாங்க... பதினஞ்சாம் தேதிக்குள்ளாற சொல்லிடுங்க. பதினாறாம் தேதி பாம்பே போறேன். வந்து தெனம் நாலு பேருகிட்டே கதை கேட்குறேன். நூத்தம்பது பேருக்கு அப்பாயிண்ட்மெண்ட் தந்திருக்கேன்.'

வெளியே வந்ததும் தியாகராய நகரின் வெயில்... எதையோ நோக்கிக் கூட்டம்கூட்டமாக ஓடும் மனிதர்கள். வில்லேஜ் சப்ஜெக்ட் இல்ல... இதையே கேட்டுட்டுச் சொல்லுங்கன்னு திரும்பப்போய்ச் சொல்லிடலாமா. போராடு என்றது இன்னொரு மனம். தீர்மானமாய் அறைக்கு வந்தேன். அதே கதையை ஒரு கிராமத்து ரயில்வே ஸ்டேஷன்ல இருந்து சொல்வது என்று முடிவெடுத்தேன்.

கதையைத் தயங்கித் தயங்கி அரவிந்தனிடம் சொன்னேன்.

'மச்சான் நீ ஜெயிச்சிடுவ. பட்டுன்னு கீழ இறங்கிப் பண்ணிட்டியே. என்னால முடியாதுப்பா... டெவலப் பண்ணு. கடைசீல என்ன பண்ணப்போற... அந்தப் பாடகியைச் சாகவச்சு...'

‘டிக்கோஸியா ஹியூமோ சைக்கோஸ்தியாங்கிற நோய்’

ரெண்டுபேரும் அறை குலுங்கச் சிரித்தோம்.

மதியம் நான்றாகத் தூங்கி சாயங்காலம் எழுந்தேன். மனசு தெள்ளிய ஸ்படிகமாய் இருந்தது. மொட்டை மாடிக்குப் போனேன். இது என் லட்சியமென்று சினிமாவுக்கு வந்தேன். இருபத்து மூணுவயசில் படிப்பை முடித்து, மாதச்சம்பளம் வாங்கி, கல்யாணம் கட்டிக்கொண்டு, குழந்தை பெற்றுக் கொண்டு அந்தச் சராசரி வாழ்க்கை எவ்வளவு தேவலாம். எதற்கிந்த வலி, அவஸ்தை, புகழ்தேடும் போதை. எல்லாம் கடைசியில் என்ன?

டேய்... டேய்... டேய்... சிவவாக்கியர் மாதிரி யோசிக்காதே என்றது பத்து வருஷ சினிமா மனம். சாயங்காலம் எந்த யோசனையுமின்றி தியாகராயநகர் தெருவில் காலாற நடந்தேன். கதைக்கான இன்னொரு சீன் கிடைத்தது. இரவு இரண்டு மணிவரை உட்கார்ந்து ஒருவரி – வரிசை எழுதினேன். க்ளைமாக்ஸ் பிடிபடவில்லை.

‘என்னத்தா ... கதைதானா ... என்னாச்சு க்ளைமாக்ஸ் புடிச்சிட்டியா?’

‘இல்ல அரவிந்தன் ... ஒண்ணும் சிக்கமாட்டேங்குது மண்டையப் பிச்சுக்கிறேன்’

‘சீச்சீ இதுக்குப்போயி மண்டையப் பிச்சுக்கினு. ஆஸ்காரா வாங்கப்போற, பிசாத்துக் கதை. வுடுத்தா அவ கடைசீல சாகணுமா வேணாமா?’

‘அதான் குழப்பம்’

அரவிந்தன் சிகரெட் பற்றவைத்தான். கால்களை ஆட்டிக் கொண்டான். விரலால் அழுத்தி கடைவாயில் மீசை கடித்தான்.

காட்சி – 1

Black & white

வானத்தில் முடியும் தண்டவாளங்கள். தண்டவாளத்திற்கு நடுவில் கண்தெரியாத சிறுவன் கையில் கம்புடன் *Towards the Camera* வருகிறான். *C=Dissolve to.*

ஒன்லைன் ஆர்டரைப் படித்தான்.

‘பத்தாவது சீன் டீக்கடை காமெடின்னு போட்டிருக்கியே அந்த சீன்தானே ... அசத்து. அதுல பொச்சுல ஆப்புவச்ச

மாதிரின்னு டயலாக் சேத்துக்க. சென்சார்ல பாரு? இந்த பாஷை புரியாது விட்ருவான். தியேட்டர்ல விசிலடிப்பான் *First Half* எங்க முடிக்கிறோம். அந்த மியூசிக் டீச்சரைப் பாடகி ஆக்குன டைரக்டர். அவனோட காதல் மேட்டர் அதானே. ஓகே! அப்ப அந்த ரயில் பாடகனுக்கும் இவளுக்கும் இடையில ஒரு ஏரியா இருக்கே. அங்கதான் விளையாடணும். நட்பா, காதலா இல்ல அக்கா சென்ட்டிமெண்ட் ... மச்சான் அப்படில்லாம் வச்சுடாத. க்ளியர்கட்டா லவ்தான்னு சொல்லாத. மேட்டரை அதுவா இதுவான்னு தள்ளாட்டமா எடுத்திட்டுப்போ. பொயட்டிக்கா ஐத்மாத்தவ் மாதிரி. கே. விஸ்வநாதன் பண்ணுவார்ல அந்த ரேஞ்ச்ல க்ளாஸிக்கா அடி. மிரட்றா ... இந்தக் கூதறைக் கம்னாட்டிங்கள ... உன்னால முடியும்த்தா'

'ப்ரிவியூல எல்லோரும் எந்திரிச்சு நின்னு கைதட்டி, கட்டிப்புடிச்சுப் பாராட்டுவான். ஆர்ட் பிலிம்னு பத்திரிக்கைல எழுதுவான். நாட்டரசன் கோட்டை எழுத்தாளர் சங்கத்துல பாராட்டுவிழான்னு போஸ்டர் அடிச்சு வால்கிளாக்கை கலர் பேப்பர் சுத்திக் கொடுத்து புதுமை இயக்குநர்னு பட்டம் கொடுப்பான். மச்சி நான் தெளிவா இருக்கேன். என்னையக் குழப்பாத'

'அப்ப ஒண்ணு செய். டைட்டில் என்ன வைக்கப்போற 'ரயில் தந்த குயில்'னு வை. ஒன்பது எழுத்து.'

'ஜோக் அடிக்காத மச்சான்.'

பி சீரியஸ்' டீயும் பொறையும் வந்தது. பதினோரு மணிக்கு பல்துலக்காமலே சாப்பிட்டோம்.

'பண்ணணும். வித்தியாசமா பண்ணனும், டென்ஷனா இருக்கு'

'நல்ல கதை இருக்கு. இது போதும். ஒன் லைன்லேயே அவன் காஞ்சிடுவான். இன்னும் டிஸ்கஷன் இருக்கு, டயலாக் இருக்கு, ஜமாச்சிடலாம் வுடு'

'நாளைக்கு அவருக்குக் கதை சொல்லணுமே. வில்லேஜ்னான். உல்ட்டா பண்ணியாச்சு ... இந்த க்ளைமாக்ஸ்தான் ...'

அரவிந்தன் பாத்ரூம் போய் வந்தான்.

'ஒண்ணுக்கு விட்டுட்டு வந்ததும் ஒரு ஐடியா. முதல்லேயே சொல்லியிருப்பேன். நீ குழம்பிடுவ அதான் சொல்லல. அந்தப் பொண்ணுக்கும் இந்தக் கண் தெரியாத பாடகனுக்கும் இடையில் லவ் மாதிரி ஆடியன்ஸ் *Feel* பண்ணனும். அதுக்கு லீட் கொடுத்து செக் வச்சிகிட்டே போவோம். மலையாளப்

படம் ஒண்ணு பாத்தேன். அடூரா, பரதனா தெரியல. ஒரு குடும்பம். அண்ணன் மிலிட்டிரில இருக்கான். அவனோட தங்கைகள் வீட்ல வேலைபாக்குற சொந்தக்காரப் பொண்ணை அண்ணி அண்ணின்னு கிண்டல் பண்றாங்க. அவளுக்கும் மனசுக்குள்ள அவன்மேல ஆசை. அவன் லீவுல வர்றான். இவ வுழுந்து வுழுந்து கவனிக்கிறா. லீவு முடிஞ்சு அவன் கிளம்புறான். வேலைக்காரி குடும்பத்தோட ஸ்டேஷன் வரைக்கும் போறா... எப்படியும் கடேசி நிமிஷத்திலயாவது தன்னையும்கூட அழைச்சுக்கிட்டுப் போயிடுவான்னு நிக்கிறா. அவன் அவள் பக்கத்துல வர்றான். அவளுக்குப் புளகாங்கிதம். இத்தனை நாளு நல்லாக் கவனிச்சிக்கிட்டதுக்குப் பணம் கொடுத்திட்டு கேஷுவலா டிரெயின் ஏறிப் போயிடறான். எப்படி? ட்ரிட்மெண்ட் பண்ணியிருப்பான் பாரு. சாகடிச்சிட்டான். மாஸ்டர்பீஸ்.மூன்றாம்பிறை மாதிரி.க்ளைமாக்ஸ் ஒருவாரத்துக்கு அடிவயித்துல மெதக்கும். டிஸ்டர்ப் பண்ணிட்டான். அது மாதிரி இவனைப் பெரிய பாடகராக்க முயற்சி பண்றா. அவன் பாடகரா ஆயிடறான். அவ இந்தியக் கலைவிழாவுக்கு வெளிநாடு போறா. ஏர்போர்ட் இவன் தன்னோட காதலைச் சொல்றான்.

'உன் தெறமைமேல எனக்கு இருந்தது காதல் இல்ல. ஆர்வம்னு... இதை டயலாக்ல நேர்பண்ணிடலாம். அப்படின்னு அவ போறா.'

'ப்ளைட் டேக் ஆப் டேக் இவன் பாய்ன்ட் ஆப் விலூ ஒரு *Shot Cut* பண்ணி ப்ளைட்ல கேமரா ... டேக் ஆப் ஆக ஆக இவன் புள்ளியாய்க் கரைஞ்சு போயிடறான். *Cut* பழைய ரயில்வே ஸ்டேஷன். இவன் மனம் வெறுத்து திரும்ப டிரெயின்ல பாடவர்றான். கடைசில ஏதோ நாலுவரி கவிதைமாதிரி வாய்ஸ் ஓவர் போட்டு முடிச்சிடு' நான் குழம்பினேன்.

'இல்ல அரவிந்த், கடேசில அந்தப் பொண்ணு செத்திர்றா. சோகம் தாங்காம' அவன் திரும்பவும் ரயில்வே ஸ்டேஷனுக்கு வர்றான். திரும்ப படத்தோட முதல் ஷாட். நீளமான தண்டவாளம். கண்தெரியாம கையில உள்ள பைப்பைத் தண்டவாளத்தில் தட்டிக்கிட்டே வர்றான் *End titles*. போடுறோம். எப்படியிருக்கும்?'

'சரி வுடு. இந்த மெலோடியே வேணாம். இதைவிட பெட்டரா மொரட்டு அடி அடிப்போம். *Wide* ஆ யோசிப்போம். டிஸ்னி லேண்ட்ல ஒரு ஸாங். வெள்ளை மாளிகை முன்னால ஓப்பன் தியேட்டர் *Concert*. சரியா? அவங்க ரெண்டுபேரும் சேரக்கூடாது. அவ சாகவும் கூடாது. ஆனா ஒண்ணுத்தா... அந்தக் கதாநாயகிக்குப் பழைய பகை இருக்கு அல்லது லண்டன்ல

இருந்து முறைப்பையன் வர்றான் அப்டீல்லாம் லாக்வச்சு இழுத்துடாத. சொதப்பிடும்.'

கைகள் இரண்டும் காற்றில் அலைய அலையப் பேசிய அரவிந்தன் ஓய்ந்தான். அறை நிசப்தமானது. தலைக்குமேலே பழைய மின்விசிறி லொடலொடத்தது. மேசையில் இருந்து குயில்மார்க் தீப்பெட்டியை நான் முன்னும் பின்னும் நகர்த்திக் கொண்டிருந்தேன்.

'இப்படிப் பண்ணா என்ன? ம்… இல்ல வேணாம்…'

அரவிந்தன் சன்னலைத் திறந்து தம் பற்றவைத்தான்.

'அந்தக் காமெடி உனக்கு ஓகேதானே.'

'ஒரு ஜோக் படிச்சேன். கேக்குறியா. நீதான் மியூசிக்கல் சப்ஜெக்ட்தான் பண்ற. அது ஓரியண்டேட்டான ஜோக்' இருமிக் கொண்டான்.

'மியூசிக் தெரிஞ்சவன டைப்பிஸ்ட்டா சேத்தது தப்பாப் போச்சு… ஏனப்பான்னு ஒருத்தன் கேக்குறான். அவன் கமகம வாசிக்கிறான்' எப்டி? உள்ள சின்ன நகாசு மாதிரி வச்சிடலாமா? ம்?"

'வேணாம். கமகம்னா யாருக்குத் தெரியும்? புதுசா வந்திருக்காளே தெலுங்குப் பொண்ணு, அவதான் கமகமான்னு கேப்பான்.'

எனக்கு அயர்ச்சியாய் இருந்தது. நாளைக்குக் காலையில் கதைசொல்ல வேண்டும். இன்னும் முடிவாகவில்லை குழப்பம்.

'வுடுத்தா குழம்பாத. ஒன்லைனைத் திரும்பப்படி' அரவிந்தன் சிகரெட்டைத் தரையில் நசுக்கினான்.

வாசித்தேன். மொத்தம் எழுபத்திரெண்டு சீன்.

'கதை நாலுவரில சொல்லு.'

'மியூசிக் டீச்சர். ரயில்ல பாடுற ஒருத்தன் ஸ்நேகம்.'

'அது இவன் ஸைடு லவ்னு லாக் வச்சிட்டே வர்றோம்.'

'கடேசீல அவனைக் கட்டிக்கிறாளா? ஏரோப்பிளேன்ல ஏறி டாட்டா காட்டறாளா… செத்துப் போறாளா? இல்ல பிரிஞ்சு போறாளா? என்ன செய்றா அந்தத் தேவுடியாப்புள்ள…"

சாகடிச்சிடலாமா? என்னப்பா கதை. மண்டைத் தைலம் வத்திருச்சு. என்னத்தா இதுக்குப்போயி இவ்வளவு குழம்புறோமே.

ச்சீ... இந்தப் புரொடியூசர செருப்பாலே அடிக்கணும். இவன் யாருத்தா ... சேட்டு. மார்வாடிக் கம்னாட்டிகிட்ட பைனான்ஸ் வாங்கிட்டு படம் பண்றம்னு எளவைக் கூட்றான். என்ன தெரியும் இவனுக்கு? அந்த ஹைதராபாத் புரொடியூசர் சொன்னேன்ல அவன் அப்பாயிண்ட்மெண்ட். போனா, 'என்னப்பா உங்க டைரக்டர் அவளோடதான் சுத்தறானான்னு' கேட்கிறான். பாம்பேல இருந்து வந்தாள்ல ஜெர்மன் கிராஸ். அவளைப் போட்றலாம். இழுத்த இழுப்புக்கு வருவா. என்ன? தண்ணியடிச்சா ... நாறடிச்சிடுவா. அவள ஹீரோயினாப் போட்டு ஹீரோயின் சப்ஜெக்ட் பண்றான். அவ என்னத் தாயோளி மோகமுள் யமுனாவா? புளூபிலிம் எடுக்கலாம்த்தா அதுக்கு. த்தெவ்டியாப் பசங்க. சினிமாதான்த்தா பெரிய க்ரியேட்ரை எல்லாம் சத்தாய்க்கிறது. தீய்ச்சிடுது. தண்ணியப் போட்டுட்டு கதை கேக்குறான்.

நல்ல படம் ஏன் ஓடல. இந்த கம்னாட்டிங்க படம்லாம் ஏன் ஓடுது. அருவெறுப்புத் தாங்கல. அடிவயித்துல இருந்து வாய்வழியா கொடல உருவின மாதிரி இருக்கு. சினிமாவா பண்றான்? விபச்சாரம் ரசிகனைத் திருப்திப்படுத்தணும். திருப்திப் படுத்துனா அதுக்குப் பேரு என்னத்தா? கதை பண்ணுன்றான். கதையைப் பண்ண முடியாதுய்யா. அது என்னன்னு தெரியுமா உனக்கு? புதுமைப்பித்தன் தெரியுமா? வேறாத்தா... கதையைப் பண்ணணுமாம். சிட்டி கதைன்றான். வில்லேஜ் கதைன்றான். பட்ஜெட் கதைன்றான். இப்படிதான்த்தா அந்தத் தாடி வச்சிருக்கான்ல உப்மா கம்பெனி...

அவன்கிட்ட போனேன். நம்ம தலையெழுத்து 'யோவ்... கதை வச்சிருக்கியான்னான். நாளைக்குக் காலைல ஆறுமணிக்கு வான்னான். போனேன். அதான் ஒருகதை சொன்னேன்ல பேமிலி சென்ட்டிமெண்ட். அதைச் சொன்னேன். வில்லேஜ் சப்ஜெக்ட் சொல்லுன்னான். எனக்கு அப்படியே வந்துச்சு பாரு.

நான் பொறந்தது வளர்ந்தது எல்லாம் சைதாப்பேட்டை. ஹோத்தா... என்னைய வில்லேஜ் கதைகேட்டா... என்னய்யா முதமுதலா படம் பண்ணணும்னு நல்ல கதையா சொல்லுன்னு கேளு. வில்லேஜ்ஜாம். என்ன பெரிய வில்லேஜு. இவனுக கத தெரியாதா? தேவர், நாய்க்கர், மேற்குத்தெரு, கிழக்குத்தெரு, ஓப்பனிங்ல ட்வென்ட்டி ஃபோர் லென்ஸைப் போட்டு சுத்தி ஒரு பேனிங். கிராமம்னு காட்டியாச்சு. கட் பண்ணுன்னா பஞ்சாயத்து. டாப் ஆங்கிள்ல. ஒரு மாட்டு வண்டிய ஓரத்துல நிக்கவச்சு அட்மாஸ்பியர் க்ரியேட் பண்ணியாச்சு. ஆலமரம். அதுக்குக் கீழே சிமிண்டுத்திண்ணை. மஞ்ச சிவப்புக் கோடு போட்ட புதுஜமக்காளம் டே எஃபெக்ட்னா ஒரு வெண்கலக்

கொம்பு. நைட்னா பெட்ரோமாக்ஸ் லைட் கன்ட்னியூட்டி. கூட்டத்தை ஒரு லெப்ட் ரைட் பேனிங் க்ளோஸப்ல . . . குளிக்காத ரெண்டு கெழவன் கெழவி. ஆமா ஆமான்னு தலையாட்டணும். வைடு ஷாட்ல திரும்ப குளோஸ்ல ரெண்டு சிவப்புத் துண்டு போட்டவங்களோட ரியாக்ஷன். அவ்வளவு தான். கிராமம்னு காட்டியாச்சு.

வாய்க்கால் வரப்போரம் குடைபிடிச்சுக்கிட்டு ஒரு கேரக்டர் வரும். சொத்துத் தகராறு. மாமன் மகள் தண்ணிதூக்க வரும்போது குறும்பு. அவ குளிக்கும்போது கிளாமருக்குக் கூட ரெண்டு மூணு ஜூனியர் ஆர்டிஸ்ட். எதுய்யா கிராமம்? நானே பாரதிராஜா படத்துல பச்சையாப் பாத்தது. என்னபோயி வில்லேஜ் பண்றான்னான். பண்றேன். ஒரு வீடு ஹம் ஆப்கே ஹைன் கௌன் மாதிரி கூட்டுக்குடும்பம். பள்ளத்தூரு போயி செட்டியாரு வீட்டுக்குள்ள ஒரே ஷெட்யுல்ல ஷூட்டிங். வைக்கப்போரு, சந்தைனு எடுத்துவச்சுக்கினு ஆயிரம் அடிக்கு ஒரு தடவை இன்சர்ட். ஃபிரேம் வச்சா குறுக்க ஒருத்தன் மம்பட்டியைத் தோள்ல போட்டு தலைப்பாக்கட்டி கிராஸ் பண்ணணும். கதை கிராமத்துல இருக்கிற வீட்ல நடக்குது. உன்ன ஏமாத்த எனக்குத் தெரியாது. கிராமம் என்ன ஹாலிவுட்ல நடக்கிற மாதிரி வேணுன்னாலும் மாத்திச் சொல்றேன். ஏமாத்து.

ஒரு பக்கம் பாத்தா நமக்கு இது ஈஸிம்மா. கதை எழுதுறவனுக்குக் கதை பண்ணத் தெரியாதா? பிஸ்கோத்து. எல்லாமே சைக்காலஜி. இவனுக்கு என்ன தெரியும். நூறுநாள் ஓடும் படம் எதுன்னு பாக்குறான். அந்த ஃபார்முலாவையே மனசுக்குள் வச்சுக்கினு கதகேட்க உட்கார்றான். கதாநாயகனும் நாயகியும் செத்துப்போன படம் ஓடுனா அதுமாதிரி சாகடிக்கிற கதையாக் கேக்குறான். நம்மாளுங்க அசிஸ்டெண்ட் டைரக்டர்ஸ் இருக்காங்களே . . . எந்த ஹீரோ படம் ஓடுதோ அந்த ஹீரோவுக்குன்னே கதை பண்ணிடுவான். நீதாண்டா யோசிக்கணும். நீ கதைகொடுத்தாத்தான்டா சினிமாவே எடுக்க முடியும். ஒட்டு மொத்தமா எல்லா அஸிஸ்டெண்ட்டும் யோசி. நல்ல கதையாச் சொல்லு. நீ ஏன் பஞ்சத்துக்குப் பாட்டுப்பாடுற. *Raw Material* நீ தர்றதுதாண்டா முட்டாள்.

ஒரு ஏரியாவுல ஆட்டுக்கால் சூப் அமோகமா வித்தா டீக்கடைக்காரன் எல்லாம் சூப் விக்க ஆரம்பிச்சிடுவான் வியாபாரம்த்தா இது, சினிமா இது? அதான் இன்டஸ்ட்ரின்னு தெளிவாச் சொல்லிட்டானே. தொழிற்சாலை, இதுல என்ன கலை வளர்த்துப் புடுங்குறது, இடுப்புக்கும் மாருக்கும் ஷாட் வைக்காம எந்த டைரக்டர் எடுத்திருக்காரு சொல்லு. திகுதிகுன்னு

தலையெல்லாம் எரியுதுத்தா. வேல பாத்தாலும் காசு ஒழுங்காக்குடுக்குறானா… புள்ளைய ஸ்கூல்ல சேக்கணும்த்தா. காசில்ல.

இரண்டு காதல் படம், இரண்டு காமெடிப் படம்னு நாலு குப்பைப் படம் எடுத்துக் காசு நெறைய வந்து செட்டில் ஆனதும் பரிகாரம் பண்ற மாதிரி ஒரு நல்ல படம் எடுத்து 'பாருடா நாயேன்னு' சொல்லிட்டு, மாடியில இருந்து குதுச்சு சாவேன்த்தா, ஜான் ஆப்ரகாம் மாதிரி.

சினிமான்றான். இயக்குநர்ன்றான். எதுடா சினிமா? குளோஸப்ல பெருசா காட்டிட்டு ரெண்டுவரி நம்ப கவிச்சக்கரவர்த்திகளை எழுத விட்டுட்டு இடுப்பை இடுப்பை ஆட்டுனா… இதுக்காடா கண்டுபிடிச்சான் ஏரிப்ளக்ஸ் கேமரா. இதுக்கெல்லாம் பாராட்டுவிழா… இதைப் படிக்க ஒரு காலேஜூ கம்னாட்டிப் பசங்க எரியுதுத்தா… அப்படியே…

அரவிந்தன் தலையைக் கவிழ்ந்து கொண்டு பெருமூச்செறிந்தான்.

'பேசக்கூடாது. இதெல்லாம் பேசக்கூடாது. செயிச்சுக்காட்டாம இதெல்லாம் பேசவே கூடாது. கண்ட சினிமாவையும் பாத்துட்டு கண்டதையும் படிச்சுட்டு நியோ ரியலிசம் பேசுனா… மக்களை முட்டான்னுதான் சொல்லத் தோணும். வியாபாரம் பண்ண வந்தாச்சு. அதைத் தெளிவாப் பண்ணணும் அதோட நில்லு. கலையாவது கத்திரிக்காயாவது பேசக்கூடாதுத்தா… பேசக்கூடாது.'

தலையை இடவலமாய் ஆட்டிக்கொண்டே தன்னை ஆசுவாசப்படுத்திக் கொண்டவாறு இன்னொரு சிகரெட் எடுத்துக்கொண்டு ஜன்னலருகே நகர்ந்தான். ரெண்டு இழுப்புக்குப் பிறகு நிதானமாய் வந்து உட்கார்ந்தான்.

'வுடு மச்சான்… ஃபீல் பண்ணாத. நாம ஜெயிக்கிறோம்' சிகரெட் சாம்பலை வட்ட வடிவமான பிலிம்கேனின் தகர மூடியில் தட்டினான். மின்விசிறி கடகடத்தது.

'வுடுத்தா… இன்னும் பாம்குரோவ்ல, ஊட்டியில டிஸ்கஷன் இருக்கு. தின்னு தீக்க வேண்டாமா. நீ பொறையையும் டீயையும் வச்சுக்கினு *Full Fledged Script* பண்றேன்ற. அதுக்கெல்லாம் கொஞ்சம் இடம்வையி. குன்னிக்கினே இருக்காதே. போல்டா அடி. நீ போற ஆளு புரடியூசர் அந்தத் தாடிக்காரன்தானே… மேல் மருவத்தூர் பார்ட்டி. தெலுங்குக்காரி வீட்ல கெடந்துட்டு பதினோரு மணிக்குத்தான் கதகேட்க வருவான். கதை கேட்கும் போதே இடையில செல்லுலார் வரும். அதுல அரை அவரு

பேசுவான். இடையில் எந்திரிச்சு ஒண்ணுக்குவிடப் போவான். இதெல்லாம் மீறி அவனை நீ கவுத்தணும். நல்லதே நடக்கும். சீக்கிரம் ஆபிஸப் போடு'.

'மணி பன்னெண்டு ஆகிப்போச்சா... குழந்தைக்கு முடியல. பேதியாப் போவுது. ஜி.ஹெச்சுக்குப் போனா இழுத்தடிக்கிறான். பிரைவேட் கிளினிக்ல சேத்துட்டேன். இன்னிக்கு சாயங்காலம் அஞ்சுமணியானா ஆயிரம் ரூபா வேணும். வொய்ப்புக்கும் முடியல. தலைவலின்னு படுத்தே கெடுக்குறா. என் நம்பிக்கை அவளுக்குப் புரியுமா சொல்லு. அடுப்பு பத்தவச்சு மூணுநாள் ஆச்சு. சேட்டன் கடையில இட்லி வாங்கி ஒப்பேத்தினேன். எத வச்சு அவனும் கடன் தருவான்? நானாச்சும் இங்க வந்து டீயும் பொறையும் சாப்பிட்டேன். அதுங்களா... நெனச்சாலே... என்ன பொழப்பு பொழச்சோம் போ... சாகலாம்போல இருக்குத்தா... ஒண்ணும் புரியல...'

தலைகுனிந்திருந்தான். எல்லாம் பேசி ஓய்ந்த அமைதி.

அறை நிசப்தமாய் இருந்தது. அரவிந்தன் நிமிர்ந்து கண்களைத் துடைத்துக்கொண்டான்.

"ஸாரி... உன்னைய வேற டிஸ்டர்ப் பண்ணிட்டேன். தெளிவா யோசி. ஸ்கிரிப்ட் தெளிவா இருக்கு. உன்னால முடியும்த்தா."

எழுந்தான். நான் புத்தக அடுக்கை நோக்கி நகர்ந்து பர்ஸில் இருந்து ஐம்பது ரூபாய் எடுத்தேன்.

'வச்சுக்க... வச்சுக்கத்தா... ஷூட்டிங் வேற இல்ல... நீ என்ன பண்ணுவ அப்புறம்' வாங்காமலேயே நகர்ந்தான்.

'சொல்லிட்டு வந்துரு மச்சான். சாயங்காலம் வர்றேன்.'

கதவுவரை வந்து நின்றேன். கண்களிலிருந்து அவன் மறையும் வரை தெருமுனையையே பார்த்திருந்தேன்.

அவனுடைய சோகம், அவனின் இயலாமை என்னையும் கலைத்திருந்தது. அறைக்குள் திரும்பி வெறுந்தரையில் மல்லாந்து படுத்தேன். தலைக்குமேலே மின்விசிறி பரிதாபமாகச் சுற்றியது. பசுவய்யாவின் மின்விசிறிகள் சம்பந்தமாக வருந்தும் கவிதை நினைவுக்கு வந்தது. யாருக்குக் காற்றுவீசச் சுற்று கிறோம்' என்கிற பிரக்ஞையல்லாமல் யார்யாருக்கோ சுற்றிப் பழுதடைந்த மின்விசிறி யார் யாருக்கோ உழைத்து... ஓர் உதவி இயக்குநரின் வாழ்க்கை. சுவரைப் பார்த்தேன். கவலை தோய்ந்து சிறுவனுடன் சாப்ளின் அமர்ந்திருக்கும் KID படத்தின் போஸ்டர்.

ஊரிலிருக்கும் அம்மா ஞாபகம் வந்தது. தம்பிகள் இந்நேரம் என்ன செய்வார்கள்? அவர்களின் சுகதுக்கம் எதிலும் பங்குகொள்ளாமல், இருட்டுத் திரையரங்கில் ஐந்நூறுபேர் சந்தோஷமாகக் கைதட்டுவதற்கு என்ன செய்யலாம் என்று யோசிக்கிறேன். மிதமான சோகமும் குற்ற உணர்வும் எனக்குள் கவிந்தது. நான் ஏன் இங்கு வந்தேன். எதைநோக்கிப் போகிறேன்?

'என்னண்ணா மூணுமணிக்கு எங்கேயோ போகணும்னு சொன்னீங்க போகலியா'

பக்கத்து அறை நண்பனின் குரல்கேட்டு விழித்தபோது மணி இரண்டு ஆகியிருந்தது.

ஏனோ மனம் சோர்வாய் இருந்தது. பசியிருந்தும் சாப்பிடப் பிடிக்கவில்லை. அவசர அவசரமாய்க் குளித்துக் கிளம்பினேன். நாலுமணிக்கு அப்பாயிண்ட்மெண்ட். சைதாப்போட்டையில் ஒருவரைப் பார்த்துவிட்டுக் கோடம்பாக்கம் போகவேண்டும். எலெக்ட்ரிக் ட்ரெயினில் சன்னலோர இருக்கையாய்ப் பார்த்து உட்கார்ந்தேன். கூட்டமேயில்லை. கண்தெரியாத முதியவர் ஒருவர் உடைந்த குரலில் பாடிக்கொண்டிருந்தார். மேகங்களற்று வானம் நீலமாய் இருந்தது. கதையின் முடிவில் என்ன செய்யலாம்?

சைதாப்பேட்டை கடந்து பாலத்தில் எலெக்ட்ரிக் ட்ரெயின் லயம் கலைந்த சப்தம் எழுப்பியபோது... அந்தக் கதாநாயகியை ஈவு இரக்கமில்லாமல் கொன்றுவிடுவது என்று முடிவெடுத்தேன்.

கணையாழி, நவம்பர் 2001

4

ஹார்மோனியம்

மதிப்பிற்குரிய திரு. ஹசன் பண்டிட் (வயது 43) அவர்களை ஒரு மாலைப்பொழுதில்தான் சந்தித்தேன். நெடிய கட்டடங்களுக்கு இடையிலான குறுகலான சந்தில் நடந்து, செங்குத்தான மாடிப் படிகளில் ஏறி அந்த மேன்ஷனின் ஏழாவது அறையைக் கண்டுபிடித்தேன். 'ஹார்மனி இசைப் பள்ளி' என்று எழுதப்பட்ட, காய்ந்த கதம்ப மாலையிட்ட விளம்பரப் பலகை இருந்தது. வாசலில், தேய்ந்த ரப்பர் செருப்புகள் இரண்டு கிடந்தன. அறையின் உள்ளிருந்து ஊதுபத்தி வாசனையோடு ஹார்மோனிய இசை கேட்டது.

"வணக்கம்."

பண்டிட் கண்களால் என்னை அமர்த்திவிட்டு, ஹார்மோனியத்தில் ஊர்ந்த தன் விரல்களைத் தளர்த்தி நிறுத்தினார். அறையெங்கும் இசையின் அதிர்வு பரவித் தணிந்தது. பத்துக்குப் பன்னிரெண்டு அறை. சகல மதங்களுக்கான தெய்வங்களின் படங்களின் கீழே ஊதுபத்தி புகைந்து கொண்டிருந்தது.

"மியூசிக் கத்துக்கணும்."

"உட்காருங்க. எங்கெ இருந்து வர்ரீங்க?"

"சிவகங்கைலயிருந்து."

அவரது விரல்கள் சப்தமில்லாது ஹார்மோனியத்தின் ஸ்வரக்கட்டைகளின் மேலாக ஏதோ தேடுவதாகப் பாவனித்தன.

“ம்… சொல்லுங்க… எங்கெருந்து வர்றேன்னு சொன்னீங்க…”

“சிவகங்கையில இருந்து வர்றேன். மியூசிக் கத்துக்கணும்னு ஆசை.”

“என்ன பண்ணிட்ருக்கீங்க…”

“வேல தேடிட்டிருந்தேன்.”

“நாள மறுநாள்” விரல்களில் ஏதோ கணக்குப் பார்த்தார். அஷ்டமி என உதடுகள் முணுமுணுத்தன. “வியாழக்கெழம அமாவாசை. அன்னிக்கே சேர்ந்திடுங்க. திங்கள் வியாழன் க்ளாஸ். வாரம் ரெண்டு க்ளாஸ். இருநூறு ரூபாய் சம்பளம். ஏற்கனவே மியூசிக் படிச்சிருக்கீங்களா?”

“இல்ல…”

“வீட்ல யாராவது படிச்சிருக்கீங்களா?”

“இல்ல… நான் தான் முதல்ல.”

“ஏன் கத்துக்கிடணும்னு நெனைக்கிறீங்க?”

“கத்துக்கணும்னு ஆசை.”

ஹசன் பண்டிட் புன்னகைத்தார்.

வரும் திங்கள்கிழமையிலிருந்து வகுப்புக்கு வருவதாகச் சொல்லி விடைபெற்றேன். நான் அறையைக் கடந்து மாடிப்படிகளில் இறங்குகையில் ஹார்மோனியத்தின் இசை மீண்டும் பரவியது. ஹார்மோனியத்தின் கட்டைகளின் ஊடே தயங்கி, தாவி, ஊர்ந்து, பின்வாங்கி ஸ்வரங்களைத் தேடும் அவரின் விரல்கள் என் நினைவில் வந்தன.

இருட்டத் துவங்கிவிட்டது. ஹசன் பண்டிட், இருட்டத் துவங்குகிற கறுப்பு. பாகவதர்போலத் தூக்கிச் சீவிய தலைமுடி. தீர்க்கமான சிறிய கண்கள். மீசையில்லாமல் சுத்தமாக மழித்த முகம். இசைக் கலைஞனுக்குரிய தேஜஸ்.

மொட்டை மாடியில் வெறுமனே மேகங்கள் பார்த்துக் கலையும் என் மாலைப் பொழுதுகள் இனி ஹசன் பண்டிட்டின் ஸ்வரங்களால் நிறையும் என நினைக்கையில் உற்சாகமாக இருந்தது.

திங்களன்று இசைவகுப்புக்குப் போகிறோம் என்பதே எனக்குள் மிகுந்த பரவசத்தை அளித்தது. இரண்டு நீள அன்ரூல் நோட்டுக்கள் வாங்கிக்கொண்டேன்.

அன்று நடுத்தர வயதில் மேலும் இரண்டுபேர் நீள நோட்டுக்களுடன் காத்திருந்தனர். ஆசிரியர் அவர்களுக்கான வகுப்புமுடியும்வரை என்னைக் காத்திருக்கச் சொன்னார். பக்கத்துக் கட்டடத்திலிருந்த பேக்கரியில் இருந்து ரொட்டிகள் முறுகும் வாசனை இதமாய் இருந்தது. பச்சை நிற ரெக்ஸின் உறையினால் மூடப்பட்டு ஓரத்தில் இருந்த ஹார்மோனியத்தை ஒருவர் எடுத்துக்கொண்டார். அப்போதுதான் கவனித்தேன். அந்த அறையில் மொத்தம் மூன்று ஹார்மோனியங்கள் இருந்தன. ஹசன் பண்டிட்டின் ஹார்மோனியம் மட்டும் பெரியது.

“ஜண்டை வரிசை வாசிங்க.”

ஸஸ ரிரி கக மம எனத் துவங்கி ஹசன் பண்டிட் காட்டும் விரல் அசைவிற்கும் கைதட்டுதலுக்கும் ஏற்ப வேகம் இயல்பாய்க் கூடி ... சுதந்திர தினக் கொண்டாட்டங்களில் சிறுமிகள் நடனமாடுகையில் அவர்கள் கையில் இருக்கும் வண்ண வண்ணமான ரிப்பன்கள் காற்றில் அலைவதைப் போல ஸ்வரங்களின் நடனம். அலை அலையாய் மின்சாரம்போல அறையில் பரவும் இசை அதிர்வில் அந்த இடமே எனக்கு அற்புத உலகம்போல இருந்தது. அவர்கள் வாசித்து முடித்ததும் அதிர்வுகள் தணிந்து மௌனம் கவிந்தது. அவர்களுக்கான பாடக் குறிப்புகளை எழுதச் சொல்லிவிட்டு ஆசிரியர் என்னை அழைத்தார்.

எனது நீள நோட்டினை வாங்கி முதல் பக்கத்தைத் திறந்து, கண்களை மூடிப் பிரார்த்தித்துவிட்டு, பெரிதாகப் பிள்ளையார் சுழி போட்டு என் பெயரைக் கொட்டை எழுத்தில் எழுதினார்.

அறை நிசப்தமாய் இருந்தது.

கற்காலத்தில் இடுகாட்டில் கிடந்த எலும்புகளை ஊதி, சப்தங்களை எழுப்பிய கதையிலிருந்து துவங்கினார். தேர்ந்த கலைஞனின் அடவுகளைப் போல முகபாவனைகளாலும் விரல் அசைவுகளாலும் அவர் பேசப் பேச ஆதிமனிதனின் புதைமேடுகளில் கிடந்த எலும்புகளில் வண்டுகள் துளையிட்டுப் பறக்க, காற்றின் சுழிப்பில், விசிறலில் இனந்தெரியாத சோகத்தோடு ஒரு குழலிசை புகையெனச் சுழல அறை இருட்டிக் கொண்டே வந்தது. ஸ்வரங்களை வாசித்துப் பழகிய அவரது கறுத்த விரல்கள், காற்றில் கண்ணுக்குத் தெரியாத ஆர்மோனியத்தின் கட்டைகளை வாசிப்பதுபோல அபிநயித்தன. சூனியம் இல்லாத இருண்ட வனத்துக்குள் மயில்கள் அகவுகின்றன. அதிலிருந்து ஸட்ஜமம். கிரௌஞ்சப்

பறவைகள் பாடுகின்றன. நிலா வெளிச்சத்தில் மூங்கில் துளிர்கள் தேடித் தின்ற களிறுகள் பாறைகளின் ஊடே தன் இணையை ஆளும் சுகத்தில் பிளிறுகின்றன. ஸ்வரங்கள் உயிர்த்து அசைகின்றன. கைலாயத்தில் நடனம் கொள்ளாது சிவனின் ஏழுதலைகளிலிருந்தும் ஒவ்வொரு பாடல் ஒவ்வொரு கதியில். இசைமுனி நாரதனின் வீணைத் தந்திகள் தாமாக அதிர்கின்றன.

ஸ ரி க ம ப த நி என ஏழு ஸ்வரங்கள். வேங்கட மகியின் பன்னிரெண்டு சக்கரங்கள். மேளகர்த்தாக்கள். எழுபத்திரண்டு தாய். கோடிக்கணக்கான குழந்தைகள். திருவையாற்றின் பிரசன்ன வீதிகளில் தியாகையரின் தம்புரா அதிர்கிறது. காவேரியில் உதிர்ந்த நாகலிங்க மலர்கள் உயிர்த்துப் பறக்கின்றன. சியாமா சாஸ்திரியின் ஆலாபனை. முத்துச்சாமி தீட்சிதரின் ஸ்வரக்கட்டு. பனை ஓலைகளில் துளசிதாஸரின் எழுத்தாணி கீறி நகர்கிறது. சரளிவரிசை. ஹார்மோனியத்தின் கமகக் குழைவும் ஒரு காந்தர்வக் குரலுமாக.

ஸரிகம பா கம பா பா
கமபம நிதபம கம பக மகரிஸ
ஸா நித நீ தப தா பம பா பா
கம பத நித பம கமபக மக ரிஸ
ஸா ஸா நித நீநீதப தாதா பம பா பா
கமபத நிதபம கமபக மகரிஸ

நான் மீண்டபோது எனக்கெதிரே நாற்காலி மட்டுமே இருந்தது. ஊதுபத்தியின் புகை வளையங்கள் சுழன்று திரிதிரியாய்ப் பிரிந்து மௌன ஆலாபனையாய்க் கலைந்தன.

ஸ்வரம் மாதா; லயம் பிதா.

ஸ்வரமும் தாளமும் கூடிக் கூடிப் பிணைந்து, விலகி, ஸ்பரிசித்து ... தழுவி அணைத்து துரித காலத்தில், விளம்பிய காலத்தில் காற்றில் காற்றுக்குள் நிகழும் கலவி. சூல்கொண்ட காற்று இசையாகிறது. மற்றதெல்லாம் உயிர்பிடிக்காது திரிதிரியாய்க் கலைகிற சப்தம். காற்றுதான் இசை. காற்றுதான் பிராணன். இசைதான் பிராணன். இசை கூடினால் தியானம். இசை கூடினால் ஞானம். ஜெபம் கோடி தியானம். தியானம் கோடி லயம். லயம் கொள். த்ருவம், மட்யம், ரூபகம், ஜம்பம், த்ருபுடம், அட, ஏகம் என ஏழு ராஜகுமாரர்கள். ஸட்ஜமம், ரிஷபம், காந்தாரம், மத்யமம், பஞ்சமம், தைவதம், நிஷாதம் என ஏழு தேவ கன்னிகைகள். ஏழு ராஜகுமாரர்களின் குதிரைகள் ஒவ்வொன்றும் ஒவ்வொரு லயத்தில் குதித்து வருகின்றன. த்ருதம், அணுத்ருதம், லகு, புலுதம், காகபாதம் எனச் சப்தக் கோவைகள். வண்ண வண்ணமாய்த் தொடுக்கப்பட்ட அட்சர மாலைகள். தக்கத்திமி தக்கத்திமி திமி திமியென. காற்றின் புலனாகாத

அரூப வெளியில் ராஜகுமாரர்களும் தேவகன்னியரும் மாலை சூழ சுயம்வரம் கொண்டு சூடித் திளைக்கிறார்கள்.

ஸ்வரம் மாதா; லயம் பிதா

கேட்பவை எல்லாம் ஸ்வரம்... கேட்பவை எல்லாம் லயம். மேற்கூரையில் மழை பெய்கிறது. சட்டச் சட சட்டச்சட வென. திருபுட தாளம். பெய்து களைத்த மழை தாழ்வாரச் சருக்கத்தில் துளித்துளியாய்ச் சொட்டுகிறது ஏக தாளம். குழந்தை முனகுகிறது. மந்த்ர ஸ்தாயியில் கமகம். வீறிட்டு அலறுகிறது. தாரஸ்தாயி சஞ்சாரம். மணலைக் கயிறாய்த் திரிக்கிற மாதிரி காற்றை இசையாய் நெய்கிற ரச மந்திரம், சித்த மந்திரம். காதுகள் உள்ளவன் கேட்கக் கடவன். இயற்ற முடிந்தால் அதுதான் ஞானம். காற்றைக் கேள். கேட்கத் துவங்கு.

காற்று முகத்தில் விசிற பேருந்தின் சன்னலோரம் அமர்ந்து ஊர்திரும்பிக்கொண்டிருந்தேன். காற்றிலும் இது பனிக் காற்று. பண்டிட்டைச் சந்தித்ததில் இருந்து என் சுவரில் இறுகியிருந்த சன்னல்கள் எல்லாம் தாமாகத் திறந்துகொள்வதாக உணர்ந்தேன். எனக்கான கிழமைகள் இசையென அதிர்ந்து அடங்குகையில் வியாழன் வந்திருந்தது.

சந்தன ஊதுபத்தியின் வாசனை ஈஸ்ட்டில் முகிழ்த்த மென் ரொட்டிகள் ஓவனில் முறுகும் வாசனை. ஹார்மனி இசைப்பள்ளி.

“வணக்கம்.”

தன் ஹார்மோனியத்தின் முன் அமர்ந்து இசைக்குறிப்புகள் எழுதிக்கொண்டிருந்த ஹசன் பண்டிட் நிமிர்ந்தார்.

“உட்காருங்க... ஒரு நிமிஷம்” ஹார்மோனியத்தின் ஸ்வரக்கட்டைகளில் ஐந்து விரல்களையும் விரித்து, சப்தம் வராமல் தொட்டுத் தொட்டுக் குறிப்புகள் எழுதிக்கொண்டு இருந்தார். அவர் தலைக்குப் பின்னால் மஞ்சள் சட்டமிட்ட மும்மூர்த்திகளின் படம் தொங்கிக் கொண்டிருந்தது.

“போன வகுப்புல நடத்துன பாடத்தைப் படிச்சுப் பார்த்தீங்களா...”

“படிச்சேன். ரொம்ப நல்லா இருந்துச்சு.”

“க’ங்கற ஸ்வரத்தோட பெயர் சொல்லுங்க.”

“காந்தாரம்.”

“நல்லது. ஸரளி வரிசைல பயிற்சி கொடுத்திருந்தேன். பாடம் பண்ணிட்டீங்களா?”

“இன்னும் பண்ணலை…”

“ஏன், பயிற்சி ரொம்ப முக்கியம் இல்லையா?”

என்னிடம் ஹார்மோனியம் இல்லை என்பதை அவரிடம் சொன்னேன்.

“அதனாலென்ன… ஒண்ணு வாங்கிடுங்க. பெட்டி கையில இருந்தா சாதகம் பண்ண வசதியா இருக்கும். போகப் போகப் பாடங்கள் நிறையாப் போயிடும். கீ போர்டு கூடப் பெறகு வாங்கிக்கலாம். முதல்ல ஒரு பெட்டி பழசா இருந்தாக்கூடப் பாத்து வாங்கிடுங்க.”

வேலையில்லாமல் வகுப்புக்கு வருவதே சிரமமான நிலையில் பெட்டி வாங்க முடியுமென்று எனக்குத் தோண வில்லை.

“எங்க வீட்ல என்னைய சங்கீதம் கத்துக்க விடல. அப்ப பத்தொன்பது வயசு எனக்கு. சீனிவாஸ சாஸ்திரின்னு ஒரு பண்டிதர். மீனாட்சி அம்மன் கோயில் பக்கத்துல இருந்தார். அவருக்குச் சகல பணிவிடையும் செஞ்சு கத்துக்கிட்டேன். ஏன் சொல்றேன்னா, மனசு இருந்தா மார்க்கம் உண்டு. ஞானத்தைக் கொடுத்தவன் அதுக்கான கருவியை ஒளிப்பானோ? எல்லாம் கெடைக்கும்”

அன்று மாயாமாளவ ராகத்தில் ஸரளிவரிசையின் மீதமுள்ள பாடத்தை அவர் சொல்லச் சொல்ல எழுதிக் கொண்டேன். அவரது ஹார்மோனியத்தை என் பக்கம் திருப்பி வாசிக்கச் சொன்னார்.

“இது ஸட்ஜமம். ஸட்ஜமத்துக்குக் கட்டைவிரல். இடது கையில் பெல்லோஸ் போட வேண்டும். இதிலிருந்து எழும்புகிற காற்று ஹார்மோனியத்தின் உள்ளறைகள்ல போய்த் தங்குது. நாம ஒரு கட்டைய அழுத்தும்போது, உள்ள அடைபட்ட காற்று துளையின் வழியே வெளியேறும். அப்படி வெளியேறும் போது அந்தத் துளையில் இருக்கிற ரீடு, நாக்கு மாதிரி இருக்கும். அது அதிரும். அதுதான் நாதம். எங்க, ஸட்ஜமம் வாசிங்க.”

இடது கை பெல்லோஸ் அழுத்த, பதற்றத்துடன் கட்டைவிரலால் ஸட்ஜமம் தொட்டேன். புதரிலிருந்து சாம்பல் குருவிகள் விடுபட்டுப் பறப்பது மாதிரி ஒரு சிலிர்ப்பு. அடுத்து சுத்த ரிஷபம், அந்தரக் காந்தாரம், சுத்த மத்யமம், பஞ்சமம் என ஒவ்வொரு விரலாக அழுந்த ஹார்மோனியம் விதவிதமான தொனியில் என்னுடன் பேச முயல்கிறது. அந்தச் சந்தோஷத்தை எப்படிச் சொல்ல?

“சப்தங்கள் எல்லாம் ஸ்வரம். ஏற்கனவே சொல்லியிருக்கேன். உலகத்தின் சப்தங்கள் எல்லாம் ஏழு ஸ்வரத்தில் அடக்கம்.” அருகிலிருந்த டீ கிளாஸை ‘ணங்’கென்று மேடையில் வைத்தார். “இது ஒரு ஸ்வரம்” காற்றில் சன்னலின் திரைச் சீலைகள் சரசரத்தன. “இதுவும் இசை.”

பேருந்தில் ஊருக்குத் திரும்பும்போது மழை பெய்தது. மழை எத்தனை பெரிய இசைக்கருவி. எத்தனை தந்திகள் கொண்ட வயலின். சதா சுழன்றுகொண்டே இருக்கும் பூமி எத்தனை பெரிய இசைத்தட்டு. குளத்து நீரில் நிலா வெளிச்சம் வீணைத் தந்தியாய் நலுங்குகிறது. அதனதன் இசை. எனக்குப் பிரமிப்பாய் இருந்தது. கண்களை மூடிக்கொண்டால் பிரமிப்பாய் இருந்தது. கண்களை மூடிக்கொண்டால் காதுகளுக்கான உலகம். காற்றைக் கேள். இதுதான் சப்தங்களின் வாகனம். கேட்கத் துவங்கு.

திங்கள் – வியாழன், திங்கள் – வியாழன் எனக் கிழமைகள் இசைபடக்கழிந்தன. இன்னும் ஹார்மோனியம் வாங்க முடியவில்லை. ஸரிகம ரிகஸரி என்று ஸ்வரங்கள் தாவித் தாவி நடனமிடும் தாட்டு வரிசை வந்துவிட்டது. என் கிழமையில் வகுப்புக்கு வரும் ஷங்கரக் கோடி, நேற்றுதான் பத்தாயிரம் ரூபாய்க்குப் புதுக் கீ – போர்டு வாங்கி வந்திருந்தார். அதில் கடல் அலைகளின் உறுமலையும், பின்னிரவில் எழும் சில்வண்டுகளின் ஓசையைக்கூட எழுப்ப முடிந்தது. ஆச்சர்யம் ஒரு புறம், இயலாமை ஒரு புறம். இசைக்கருவி இல்லாமல் வகுப்பை மேலும் தொடர்வது அயற்சியாக இருந்தது. மதுரை, கூலவாணிகன் தெருவில் கால்போன போக்கில் நடந்துகொண்டிருந்தேன்.

“என்ன சார். எப்படியிருக்கீங்க?”

“நல்லாயிருக்கேன் ஷாஜகான்.”

“என்ன இந்தப்பக்கம். ஏறுங்க வண்டில...”

வாகன வேகத்தில் புறந்தலையின் வியர்வை உலர்வது இதமாக இருந்தது. டவுன்ஹால் ரோட்டின் பழமுதிர்ச்சோலையில் ஆளுக்கொரு ஆப்பிள்சாறு.

“இப்ப எங்க வொர்க் பண்றீங்க?”

“வேலையில்ல ஷாஜகான். சும்மாதான் இருக்கேன்.”

“ஜோல்னாப் பையும் அதுவுமா மதுரையில என்ன பண்றீங்க?”

"மியூசிக் கிளாஸ். கீ போர்டு கத்துட்டிருக்கேன்." வேலையில்லாமல் மியூசிக் கற்றுக்கொள்வதைச் சொல்ல சற்றே குற்ற உணர்வாக இருந்தது.

"ஓ... இன்ட்ரஸ்டிங். பாட்டெல்லாம் வாசிப்பியா"

"இல்ல. இப்பதான் ஒரு மாசமா."

"எனக்கும் மியூசிக்ல இன்ட்ரஸ்ட். உனக்குத்தான் தெரியுமே. நானும் ஒரு பத்துநாள் மியூசிக் கிளாஸ் போனேன். அதோட சரி. எல்லாத்திலேயும் பாதிக்கிணறுதான். சரி. இன்ஸ்ட்ருமெண்ட் என்ன வச்சிருக்க..."

"இனிமேதான் வாங்கணும். பழையதா ஆர்மோனியம் தேடிட்டிருக்கேன்."

ஷாஜகான் சிரித்தார்.

"சரி. வாங்க வீடு வரைக்கும் வந்துட்டுப் போகலாம்."

"இல்ல ஷாஜகான் இன்னொருமுறை."

"ஏறுங்க... புதுவீடு கட்டிட்டு நீங்க வரவேயில்ல."

என்னை ஹாலில் அமர்த்திவிட்டு உள்ளே போனவர், வரும்போது சிறிய மரப்பெட்டி ஒன்றைத் தூக்கி வந்தார். ஹார்மோனியம் என்று பார்த்த உடனேயே தெரிந்துவிட்டது. என் எதிரில் வைத்து மேலிருந்த தூசியைத் துடைத்தார். மரப் பலகையில் கீல் வைத்த மூடி இருந்தது. ஹார்மோனியப் பெட்டியின் மூடியைத் திறந்ததும், காவியேறிய பல்வரிசையுடன் பாகவதர் ஒருவர் சோகமாகச் சிரிப்பது போலிருந்தது. ரொம்பவும் பழமையானது. வெள்ளைக் கட்டைகளில் மைக்கா ஒட்டப்பட்டிருந்தது. அதன் முனைகள் உடைந்து நிறம் பழுப்பேறியிருந்தது. ஹார்மோனியத்தின் இருபுறமும் அழகிய வேலைப்பாட்டுடன் கூடிய வெண்கலக் கைப்பிடி இருந்தது. முன்பக்கம், காற்றறைகளைத் திறந்து ஒலியின் அளவைக் கட்டுப்படுத்தும் இழுவைத் திறப்புகள் நான்கு இருந்தன. அவற்றை இழுப்பதற்கு வசதியாக நுனியில் வெள்ளைப் பளிங்குக் குமிழ்கள் பெரிய பொத்தானைப் போல இருந்தன. பார்த்த உடனேயே அது சிங்கிள்ரீட் பெட்டி எனத் தெரிந்தது. கீழே ஏதும் பழுதடைந்திருக்கிறதா என்று குழந்தையைப் போல இருகைகளாலும் தூக்கிப் பார்த்தேன். நன்றாக இருந்தது. கீழே வைக்கும்போதுதான் பார்த்தேன். இரண்டு பளிங்குக் குமிழ்களுக்கு இடையில் ஏதோ பெயர் பொறிக்கப் பட்டிருப்பதைப் பார்த்து, தூசியைக் கைகளால் துடைத்தேன். 'எட்டுக்கட்டை முருகசிகாமணிப் பாகவதர், கண்டரமாணிக்கம்' என்றிருந்தது.

ஹார்மோனியத்தின் மத்திம ஸ்தாயியில் வெள்ளை கறுப்பு நோட்டுகளின் மேலே ஸ்வரங்கள் எது என்று அறிய, அடையாளத்திற்காக ஸ, ரி, க, ம, ப, த, நி என்று சிறிய சதுரமான காகிதத்தில் எழுதி ஒட்டப் பட்டிருந்தது. நல்ல தேக்கு மரத்தால் ஆன ஜெர்மன் ரீட் பெட்டி. பெல்லோஸ் காற்றுக் கசியாமல் கச்சிதமாய் இருந்தது.

"ரொம்பப் பழைய பெட்டி. எல்லா நோட்டும் பேசுமா."

"புரியல."

"எல்லாக் கட்டையும் வாசிச்சா சத்தம் வருமா... பழுது இருக்கான்னு."

"வாசிச்சுப் பாரேன். நான் தொட்டே ரெண்டு வருஷம் ஆச்சு. எப்பவாவது எடுத்து துடைச்சு வச்சிடுவேன். ஒரு மாசமா அதுவும் இல்ல. பக்கத்துல வீடு எதுவும் இல்லையா. வாசிச்சா பாம்பு வரும்னு அம்மா இதைத் தொடவே விடறதில்ல. அப்படி என் இசையைக் கேட்டுப் பாம்பாவது வரட்டுமேன்னு மொட்டைமாடிக்கு தூக்கிட்டுப் போயி வாசிப்பேன். அந்த முருகசிகாமணி பாகவதர் ஒரு பாட்டுத்தான் சொல்லிக் கொடுத்தாரு. அதுவும் இப்ப பாதி மறந்துபோச்சு."

ஷாஜகான் மனைவி கொடுத்த ஏலக்காய்த் தேநீரை அருந்தும்போது வலதுகையால் ஹார்மோனியத்தின் கட்டைகளை மெதுவாக வருடிப் பார்த்தேன். கட்டைகள் ஒன்றுக்கொன்று பிடிக்காமல் இலகுவாய்த்தான் இருந்தன.

"சும்மா வாசிச்சுப் பாருப்பா. இங்கே குடு. நானே வாசிச்சுக் காட்டிர்றேன்" ஷாஜகான் அவர் பக்கம் திருப்பி, கீழ்ஸ்தாயியி லிருந்து ஒவ்வொரு கட்டையாக அழுத்திக்கொண்டே வந்தார். மணிமணியான ஸ்வரங்கள். கொஞ்சமும் பிசிறில்லாமல் காத்திரமாக இருந்தது.

"சவுண்டு சும்மா ஏழு வீட்டுக்குக் கேக்கும். அந்தப் பாகவதர் தன்னோட சொத்துபோல இதை வச்சிருந்தாரு. என் ஆர்வத்தைப் பாத்தாரு. அவருக்கு ஆஸ்த்மா. மாத்திரை வாங்கக்கூடக் காசில்ல. வறுமை. கடேசில நீயே இதை வச்சுக்கன்னு கொடுத்திட்டாரு."

"எவ்வளவுக்கு வாங்குனீங்க?"

"அதெல்லாம் சொல்ல மாட்டேன். ஆனா குடுக்கும்போது ஒண்ணு மட்டும் சொன்னாரு. இது நான் பழகுன பெட்டி என் தெய்வம். ஆசைப்பட்டுக் கேக்குறியேன்னு குடுக்கிறேன். நூலாம்படை மட்டும் அடையவிட்றாத. இது சரஸ்வதி. வச்சிக்க.

வாசிச்சுப் பெரிய ஆளா வா. அவரு சொன்னதையே நான் உனக்கும் சொல்ல விரும்புகிறேன். இந்தா, வச்சிக்க. வாசிச்சுப் பெரிய ஆளா வா.”

அவர் சொன்ன விதம் நெகிழ்ச்சியாக இருந்தது.

“எவ்வளவுன்னு சொன்னீங்கன்னா ... ஒரு வாரத்துல ...”

“சரி நூறு ரூவா குடு. இசைக்கருவியைச் சும்மா குடுக்கக் கூடாது.”

“இல்ல எவ்வளவுன்னு சொல்லுங்க ...”

“நான் வாங்குனதே அவ்வளவுக்குத்தான். போதுமா?”

மகிழ்ச்சியோடு வாங்கிக்கொண்டார். தனக்குத் தெரிந்த ஒரே பாடலான ‘திருப்பரங்குன்றத்தில் நீ சிரித்தால் முருகா’ என்கிற பாடலின் பல்லவியை மட்டும் விரல்களை விறைப்பாக வைத்துக்கொண்டு சரளமில்லாமல் வாசித்துக் காண்பித்தார். நியூஸ் பேப்பர் போட்டு நைலான் கயிறால் கட்டி, கைகளால் தொட்டு வணங்கி, கழுத்து நிற்காத பச்சைக் குழந்தையைக் கையில் தருவது மாதிரி பதமாகத் தந்தார். நன்றி சொல்லி விடை பெற்று வெளியே வருகையில் நிலா வெளிச்சம் தார்ச்சாலைகளை மெழுகியிருந்தது. கையில் ஹார்மோனியத்தின் பாரம். நைலான் கயிறு அழுத்தக் கைமாற்றிக்கொண்டேன். இசைக் கருவியின் மௌனம் கனக்கிறது. தன்னை வாசிக்க விரல்கள் இல்லாமல் இருட்டறையில் இத்தனை ராகங்களோடும் இத்தனை ஸ்வரங்களோடும் மௌனமாய் இருப்பது எவ்வளவு பெரிய தியானம்? வாசிக்கப்படாதபோது இசைக்கருவிகள் என்ன உணர்கின்றன?

எனக்குப் பிடித்தமான சன்னலோரப் பயணம். தூங்குகிற குழந்தையைப் போல அமைதியாக மடியிலிருக்க எனக்குள் ஏதோ பொறுப்புணர்வு கவிவதாக உணர்கிறேன். பாட்டியின் மந்திரக் கதைகளில் வரும் சொர்க்கபுரத்து இளவரசனைத் திருமணம் செய்ய, தேவதைகள் காற்று எனும் பரதக் கணத்தோடு சேர்ந்து சூறாவளியாய் மாறித் துரத்துவதுபோல, முகத்தில் விசிறும் காற்று ‘என்னை இசையாக மாற்று’ என்று என்னையும் எனது ஹார்மோனியத்தையும் பயண வேகத்தோடு துரத்திக்கொண்டே வருவதுபோல் இருந்தது.

வீட்டுக்குள் ஹார்மோனியத்தைத் தூக்கிவந்தபோது எல்லோரும் விநோதமாகப் பார்த்தனர். ஹாலின் மையத்தில் வைத்துச் சுற்றியிருந்த காகிதத்தைப்பிரித்தேன்.

ஹார்மோனியத்தின் வருகை யாருக்கும் சந்தோஷத்தையோ துக்கத்தையோ தரவில்லை.தொட்டு வணங்கிவிட்டு ஸரளிவரிசை வாசிக்கலாம் என யோசித்தேன். சின்ன வீடு. இந்த இரவு நேரத்தில், வேலையில்லாத இளைஞன் நடுவீட்டில் அமர்ந்து ஹார்மோனியம் பழகுவது யாருக்குப் பிடிக்கும். தூக்கிக்கொண்டு மொட்டை மாடிக்குப் போனேன்.

மறுநாள் பௌர்ணமி. வெளிச்சம் இதமாக இருந்தது. அடுத்த இசை வகுப்புக்கு இன்னும் மூன்று நாட்கள் இருக்கின்றன. ஹார்மோனியத்தை நெருக்கமாக வைத்துக்கொண்டேன். கீழ்ஸ்தாயியின் ஸட்ஜமத்தைத் தொட்டேன். இருட்டறையில் நெடுநாள் பூட்டியிருந்த கதவு திறப்பது போலிருந்தது. நடுவிரலால் பஞ்சமம். சுண்டு விரலால் மத்திமஸ்தாயி ஸட்ஜமம். மூன்று ஸ்வரங்களும் சேர்ந்து . . . பூவைச் சுற்றும் கதம்ப வண்டு மாதிரி காற்றின் அரூப அடுக்குகளில் இருந்த ஸ்வரங்கள் ஹார்மோனியத்தைச் சுற்றி மொய்க்கின்றன. குரல் சேர்த்துப் பாடி சுதி சேர்த்துப் பார்த்தேன். சுதியோடு ஒட்டாது கலைந்த குரல், பிசிறு தேய்ந்து தேய்ந்து சுதி சேரும் கணத்தில் மின்சாரம், சட்டென வீசிய காற்றில் என் உடல் சாம்பல் குவியலெனக் கலைந்து, குரல் மட்டும் நானாக மிஞ்சுகிறது. பிறகு குரலும் என்னுடையதில்லாமல் போக வெறும் ஸ்வரங்கள் அந்தரத்தில் இசை கூட்டிக்கொண்டு அதிர்கின்றன. ஸா பா ஸா.

தயங்கித் தயங்கி ஸரளி வரிசை. சவுக்கக் காலம், விளம்பியதம், துரித காலங்கள். ஜண்டை வரிசை. ஸ்வரங்களின் அடுக்கு. ஒன்றின் நிழலாய் அதே ஸ்வரம். விரல்கள் தளர்ந்து ஓர் இலகு கூடி வருகிறது. பூர்வாங்கத்தில் முன்னேறிப் பதுங்கி, உத்தராங்கத்தில் தாவி ஒரு ஸ்வரம் தொட்டு ஆரோகணித்துக் காற்றில் துவளும் துணியென மெதுவாய் அவரோகணம். ஸட்ஜமத்தில் இளைப்பாறி மேல்ஸ்தாயி வரிசை. தாட்டு வரிசை. ஸ்வரங்கள் துரித கதியில் பின்னிப் பின்னிப் பூத்தொடுக்கும் விரல்களின் அனிச்சை கொண்டு, ஹார்மோனியத்தின் கட்டைகளும் விரல்களும் ரகசியம் பேசி, குழைந்து, விலகிச் சீண்டி, கமகமெனத் தடவி ஸ்வரங்கள் அலைந்து மெதுமெதுவாய் எழும்பி நுரைத்துப் பின்வாங்கி அலைகொண்டு எழும்பி அடித்துச் சிதறியது பாற்கடல். ஹார்மோனியம் மிதக்கிறது. கால்கள் கடற்கன்னியின் செதில்களெனக் குழைய நான் நீந்துகிறேன். மொட்டை மாடியில் தங்க நிற மீன்கள் என் முகம் உரசி இடம் வலமாய் நீந்துகின்றன. சமுத்திரம் கொள்ளாத இன்னொரு அலை. ஹார்மனி இசைப்பள்ளியின் சாத்திய ஊதா நிறக் கதவில் அலைமோதி தண்ணீர்ப் பொரிகளாய்ச் சிதறிவிழுகிறது. கதவைத் திறந்தால்

பாலைவனம். கண்ணுக்கெட்டிய தொலைவுவரை மணல். புழுதிக் காற்று முகத்தில் அறைகிறது. எங்கோ தொலைவிலிருந்து அரபி மொழிப் பிரார்த்தனைப் பாடல் மிதக்கிறது. மணல்வெளி எங்கும் அலை அலையாகப் பாம்புகள் ஊர்ந்த தடமெனக் காற்றின் சுவடுகள். காற்று கானலென நெளிகிறது. வெளியிலும் மணலிலும் காற்றின் லிபிகள். சற்றே தொலைவில் இரண்டு ஹார்மோனியங்கள் இருக்கின்றன.

துகள் துகளாக மணல் விசிறுகிறது. மணலுக்குள் கை புதைத்துக்கொண்டு ஹசன் பண்டிட் என்ன செய்கிறார்? காற்று விசிற விசிற புதைந்த மணலிலிருந்து மீள்கிறது அவரது ஹார்மோனியம். அவரது விரல்கள் வாசித்துக்கொண்டே இருக்கின்றன.

“பண்டிட் ஐயா, தீபக் என்ற தான்சேனின் ராகத்தைத் தாங்கள் வாசிக்க முடியுமா?” ஹசன் பண்டிட்டின் விரல்கள் நின்று தயங்கின. பிறகு விரல்கள் காற்றில் தாமாக ஒத்திகையென அசைந்து பார்த்த கணத்தில் ஹசன் பண்டிட் வாசிக்கத் துவங்கினார். வாசிக்க வாசிக்க ... பஞ்சமத்தின் கட்டையிலிருந்து துளிர் நெருப்புப் பற்றுகிறது. எரியத் துவங்குகிறது ஹார்மோனியம். காற்று சிலிர்க்கிறது. பண்டிட்டின் விரல்கள் மெழுகுதிரி போல் பற்றிக்கொள்கின்றன. ஹார்மோனியம் முழுதும் எரிந்துவிடுமுன் அதன் ஸ்வரக் கட்டைகளைப் பிடுங்கி எடுக்கிறேன். புகை வளையங்கள் பெரிது பெரிதாய்ச் சூழ்ந்து மறைக்கின்றன. மணல் குன்றுகளில் கால் சறுக்க ஓடுகிறேன். கையில் இறுக்கிப் பிடித்திருந்த ஸ்வரக் கட்டைகள் உருவி விழ என்னிடம் ஒரே ஒரு வெள்ளைக் கட்டை மட்டும் இருக்கிறது. அதன் மேல் சிறிய சதுரமான காகிதத்தில் ‘க’ என்று எழுதி ஒட்டப்பட்டிருக்கிறது.

“ஒரு ஸ்வரத்தால் ராகம் இயற்ற முடியுமா பண்டிட்ஜி. அதுவும் என்னிடம் இருப்பது அந்தரக் காந்தாரம் மட்டும். முடியுமா பண்டிட்ஜி.” பாலைவனம் முழுக்க நெளியும் பாம்புத் தடங்களுக்குள் என் பதற்றமான காற்சுவடுகளும் ஹார்மோனியத்தின் ஸ்வரக்கட்டைகளும் இறைந்து கிடக்கின்றன.

பச்சை ரெக்ஸின் போர்த்தி ஓர் உருவம் படுத்திருக்கிறது. எழுப்பினேன். ஜடைமுடி வளர்த்த பாகவதர்.

“ஐயா ... என்னிடம் அந்தரகாந்தாரம் மட்டும் வாசிக்கக் கூடிய ஸ்வரக்கட்டை இருக்கிறது. இதை வைத்துக்கொண்டு ஒரு ஹார்மோனியம் தர முடியுமா?”

“தருவேன் ...”

பச்சை ரெக்ஸினை முழுவதுமாக விலக்கியதும், உள்ளங்கையில் வைக்கும் அளவுக்குத் தந்தத்தால் ஆன வெண்மையான குட்டி ஹார்மோனியம் இருந்தது.

"இது ஆலங்கட்டி மழையோடு சேர்ந்து வானத்திலிருந்து தவறி விழுந்தது. உனக்கு வேண்டுமா?"

"வேண்டும். ஆனால் ரொம்பவும் சிறிதாக இருக்கிறதே."

"நீ வாசிக்க வாசிக்கப் பெரிதாகும். தருகிறேன். ஆனால் அதற்குப் பதிலாக நீ ஒன்று தர வேண்டும்."

"என்ன..?"

"உன் கையில் உள்ள பத்துவிரல்களையும் தர வேண்டும்" சொன்னவனின் கைகள் இரண்டு கட்டைகளின் முனையைப் போல விரல்களற்றுத் தீய்ந்திருந்தன. முன் புஜத்தில் முருகேசபாகவதர் என்று பச்சை குத்தியிருந்தது.

பண்டிட்ஜி என்று கத்திக்கொண்டே கானல் நீருக்குள் ஓடத் துவங்கினேன். கால்கள் பதியும் புதைமணல். எதிரே பச்சை நிறத்தில் அலைகள். சுழித்துக்கொண்டு ஆக்ரோஷத்துடன் பாலைவனத்தைக் கடல்கொள்ள வருகிறது அலை. மணற்பரப்பு குறைந்துகொண்டே வருகிறது. என் கையில் உள்ள ஸ்வரக்கட்டையை இறுகப் பற்றிக் கொண்டு அலறுகிறேன். அலை முகத்தில் அடித்துச் சிதற பிறகு எல்லாம் கடல். கடற்குதிரைகளுடன் நீந்துகிறேன். என்னிடமிருந்த ஸ்வரக்கட்டை மீனாக மாறிப் பிடியிலிருந்து நழுவுகிறது. சமுத்ரத்தின் நீலப் பச்சை வெளியிலிருந்து குமிழிகள் பறக்க ஒரு ஹார்மோனியம் மிதந்து வருகிறது. இடது கையால் ஹார்மோனியத்தைப் பற்றி அணைத்துக்கொண்டு வலது கையால் வாசித்துக்கொண்டே வெளிச்சம் புகாத கடலின் அடி ஆழத்தில் நீந்திச் செல்கிறேன். நீரில் ஆழ்ந்த மலைத்தொடர்ச்சிகளின் படர்ந்த உப்புப்பாறை களின் மேலே வரிவரியாய் மேற்கத்திய இசைக்குறிப்புகள். சுரங்கத் தொழிலாளிபோல நெற்றியில் விளக்கைக் கட்டிக் கொண்டு உப்புப் பாறைகளின் மேல் இசைக்குறிப்புகளை ஹுசன் பண்டிட் வேகமாக எழுதிக் கொண்டிருக்கிறார்.

"இன்று திங்கட்கிழமை பண்டிட்ஜி."

"அதனாலென்ன. இது புதைந்த நகரங்களுக்கான இசை வகுப்பு."

நீந்துவதான பாவனையில் கால்கள் உதறி விழிக்கையில், கடல் வற்றிப் போய்த் தரைதட்டி எழுந்தது மாதிரியான உணர்வு. பனிவிழும் மொட்டைமாடியின் சிமிண்ட் தரையில்

படுத்திருந்தேன். சமுத்ரமாய் அலைந்த நீர் எதிரே கண்ணாடி டம்ளரில் சலனமில்லாமல் இருந்தது.

கீழே வீட்டில், எல்லோரும் தூங்கியிருந்தார்கள். அயற்சியாக இருந்தது. எனக்கென அடுப்படியில் மூடி வைக்கப்பட்டிருந்தது இரவுக்கான உணவு.

காலையில் திரும்பவும் தாட்டு வரிசை வாசித்துப் பார்க்க வேண்டும். ஹார்மோனியத்தின் வெள்ளைக் கட்டைகளில் நாள்பட்ட தூசு படிந்து அழுக்கேறிப் போயிருக்கிறது. திருகாணிகள் எல்லாம் துருவேறியிருக்கின்ற பெல்லோஸ் கொஞ்சம் துடைத்துச் சரி செய்ய வேண்டும் என்று நினைத்துக் கொண்டே தூங்கிப் போனேன்.

காலையில் ஹார்மோனியத்தைத் தூக்கிக்கொண்டு மொட்டை மாடிக்குப் போனேன். முத்துவிநாயகம் வந்திருந்தான்.

“என்னப்பா பாகவதர் ஆகப் போறியா? இதெல்லாம் வீட்ல இருந்தாலே தரித்திரம்.”

அவனை நான் பொருட்படுத்தாது என் அன்பிற்குரிய ஹார்மோனியத்தைப் புதுப்பிக்கும் முயற்சியில் இறங்கினேன். ஒரு திருப்புளி, பழைய துணி, சின்னக்குவளையில் தண்ணீர் எடுத்துக்கொண்டேன். தூசியைத் துடைத்ததும் துணியைத் தண்ணீரில் நனைத்து வெள்ளைக் கட்டைகளைத் துடைத்தேன். விரல் படாமல் குருட்டு அழுக்கு ஏறிப்போய் இருந்தது. திட்டுத் திட்டாய்க் கறைபடிந்ததுபோல அழுக்கு. என்ன துடைத்தாலும் அப்படியே இருந்தது. துருப்பிடித்து இறுகிப் போன திருகாணிகளைக் கஷ்டப்பட்டுக் கழற்றினேன். ஸ்வரக் கட்டைகளின் மேலே அழுத்திக்கொண்டிருந்த மரச்சட்டத்தைக் கழற்றினேன். இப்போது ஸ்வரக் கட்டைகளைக் கழற்றுவது எளிதாக இருந்தது. அவற்றின் கீழே சிலந்தி இழைகளும், தூசியும், எள்ளு போன்ற எச்சங்களும் இருந்தன. வாயால் ஊதிப் பார்த்துத்துடைத்தும் தூசி போகவில்லை. ஹார்மோனியத்தில் இருந்த கறுப்பு வெள்ளைக் கட்டைகள் அனைத்தையும் வரிசைப்படித் தரையில் அடுக்கி வைத்தேன். தரையில் அந்த வரிசை அழகாக இருந்தது. உள்ளிருந்த பித்தளை ரீடுகளில் *Made in German* என்று பொடியான எழுத்தில் பொறிக்கப்பட்டிருந்தது. சின்னதிலிருந்து துவங்கிப் பெரிது பெரிதாக ரீடுகள் அழகாக அறையப்பட்டிருந்தன. அஞ்சறைப் பெட்டியைப் போலிருந்த ஹார்மோனியத்திலிருந்து ஒலி அளவைக் கட்டுப்படுத்தும் குமிழ்களை இழுத்து மெதுவாகக் கழற்றினேன். கம்பி மிகவும் துருவேறிப் போய் இருந்ததால் இழுப்பது சிரமமாகஇருந்தது.ஹார்மோனியத்தின் உள் அறையில் இரண்டு அந்துப் பூச்சிகள் வெளிறிப் போய் உயிரோடிருந்தன.

முருகேசபாகவதரின் காத்திரமான இசைகேட்டு இவை வளர்ந்திருக்கலாம் அல்லது அவரது இசையின் அதிர்வில் உயிர்பிடித்து மிஞ்சிய ர்ாகங்களாக இருக்கலாம். எதுவாயினும் ஹார்மோனியத்தின் உள்தட்டு அறையின் இருட்டுக்குள் இசையுடன் காதல் கொண்டு வாழ்வது எவ்வளவு அற்புதமானது. லேசாகப் பக்கவாட்டில் தட்டியதும் மறைந்த இசை குறித்து நீண்ட கனவில் இருந்த இரண்டு அந்துப் பூச்சிகளும் வெளிச்சம் பொறுக்காது வெளியேறி ஓடின.

காற்றுத் துருத்திகளின் உள்ளேயிருந்த தூசியினைத் துடைத்தேன். ஹார்மோனியம் இப்போது ஸ்வரக் கட்டைகள், குமிழ்கள், திருகாணிகள், மரச்சட்டங்கள் எனப் பிரிக்கப்பட்டு இருந்தது. ஹார்மோனியத்தின் வெளிப்புறமும் உட்புறமும் மரப்பலகையின் தன்மையை இழந்து நிறம் வெளிறிப் போயிருந்தன. ஸ்வரக் கட்டைகள் திரும்பவும் வெற்றிலைக் காவியேறின பல்வரிசையை நினைவுபடுத்தின. அந்த நிறமே வெறுக்கத் தக்கதாக இருந்தது.

அப்போதுதான் திடீரென எனக்கு அந்த யோசனை வந்தது. புதிதாக மாற்ற பெயிண்ட் அடித்தால் என்ன?

ஐம்பது மி.லி. ஆசியன் வெள்ளை, கறுப்பு வண்ணமும் வார்னிஷும், கடைக்காரரின் ஆலோசனைப்படி மென்மையான உப்புத்தாளும் சின்னதாகத் தூரிகையும் வாங்கிக்கொண்டேன்.

ஸ்வரக் கட்டைகளை மெதுவாக உப்புத் தாளால் தேய்த்து வரிசைப்படி அடுக்கிக் கிரமம் மாறாமல் இருக்க அவற்றின் பின்புறம் பென்சிலால் எண்கள் குறித்துக்கொண்டு, அக்கா எனக்கு நெயில் பாலிஷ் போட்டுவிடுவது மாதிரி இதமாகக் கறுப்பு வெள்ளைக் கட்டைகளுக்கு வண்ணம் பூசினேன். ஹார்மோனியப் பெட்டிக்கு வார்னிஷ் அடித்து நிழலில் காய வைத்தேன். திருகாணிகள் புதிதாக வாங்கி விட்டேன். எல்லாம் முடிக்கப் பதினோரு மணியாகிவிட்டது. இன்று திங்கட்கிழமை. மாலை இசை வகுப்பு. இன்று இசைவகுப்புக்கு எடுத்துப் போய் ஹசன் பண்டிட்டிடம் என் புது ஹார்மோனியத்தில் ஸரளி வரிசை வாசித்துக் காட்ட வேண்டும்.

மதியம் மூன்று மணியளவில் ஸ்வரக் கட்டைகள் உலர்ந்திருந்தன. ஹார்மோனியம், வார்னிஷ் அடித்ததும் தனது மர வண்ணத்துக்குத் திரும்பி அழகாய் இருந்தது. இழுப்புக் குமிழிகளைப் பொருத்தி, ஸ்வரக் கட்டைகளை வரிசைப்படி அடுக்கினேன். அடுக்க அடுக்க மெருகு கூடிக்கொண்டே வந்தது. ஹார்மோனியம் புத்தம் புதிதாகிவிட்டது. என்ன

அழகாய் இருக்கிறது. ஒருமுறை கீழிருந்து உச்சஸ்தாயி வரை ஆரோஹணம், அவரோஹணம் போய்த் திரும்பலாம்போல இருந்தது. கட்டைகளைத் தொடுவதே, மெதுரொட்டியைத் தொடுவதுபோல் இதமாக இருந்தது. மணி ஐந்தாகிவிட்டது. எப்போதும் மூன்றரை மணிக்கே மதுரைக்குக் கிளம்பிவிடுவேன். அவசர அவசரமாகத் திருகாணிகளைப் பொருத்தினேன். வாசிக்கவும் இப்போது நேரமில்லை. முதன்முதலில் ஹசன் பண்டிட்டின் ஆசீர்வாதம் பெற்று அவர் முன்னிலையில் வாசித்துக் காட்டுவதுதான் சாங்கியமானது என்று மனதுக்குள் பட்டது. அவரும் சந்தோஷப்படுவார்.

ஆங்கிலத் தினசரியில், ஹார்மோனியத்தைச் சுற்றி நைலான் கயிற்றால் கட்டி எடுத்துக்கொண்டு மதுரைப் பேருந்தில் ஏறினேன்.

ஹசன் பண்டிட்டின் அறைக்கு வரும்போது மணி ஏழாகி விட்டது. அவர் இசை பற்றிய ஆங்கிலப் புத்தகத்தின் நகல் பிரதியை ஆழ்ந்து வாசித்துக்கொண்டிருந்தார். என்னைப் பார்த்ததும் மூக்குக் கண்ணாடியைக் கழற்றி, புத்தகத்தை மூடிவிட்டுப் புன்னகைத்தார்.

அறையில் மென் ரொட்டிகளின் வாசனையும் ஊதுபத்தியின் சந்தன வாசனையுமாக ரம்மியமாக இருந்தது.

என் தாமதம் குறித்து அவர் கேட்கத் துவங்குமுன், நண்பர் ஒருவரிடமிருந்து ஹார்மோனியம் வாங்கிவிட்டேன் என்று சந்தோஷம் பொங்கச் சொன்னேன். நைலான் கயிற்றின் முடிச்சு களை அவிழ்க்க ஹசன் பண்டிட் உதவினார். நான் மூடியிருந்த தாள்களைப் பிரித்தேன்.

“ஜெர்மன் ரீடு பெட்டி. ரொம்பப் பழசா இருந்துச்சு . . . அதான்.”

ஹசன் பண்டிட் புரிந்துகொண்டு சிரித்தார். நான் அவரது ஆசீர்வாதம் கோரினேன். ஸ்வரங்களைக் குறிக்கும் கறுப்பு விரல்களால் ஹசன் பண்டிட் என் தலையைத் தொட்டார்.

“சார் உங்களுக்குப் போன்” கீழே மேன்ஷன் மேலாளரிட மிருந்து அழைப்பு வர “வாசிங்க வந்துர்றேன்” என்று சொல்லி விட்டு ஹசன் பண்டிட் படிக்கட்டுகள் நோக்கி நடந்தார்.

எதிரே இருக்கும் மும்மூர்த்திகளின் படத்தைப் பார்த்தேன். இசை தவழும் அறையின் தியானத் தன்மையை மனதில் நினைந்து கண்கள் மூடி வணங்கினேன். ஹார்மோனியத்தைத் தொட்டு வணங்கிவிட்டு இடது கையால் பெல்லோஸ் அழுத்தி வலது கை

கட்டை விரலால் மத்திமஸ்தாயியின் ஸட்ஜமம் தொட்டேன். சப்தமே இல்லை. பெல்லோஸ் கொஞ்சம் அழுத்திப் போட்டு ஸட்ஜமத்தோடு நடுவிரலால் பஞ்சமத்தையும் சுண்டு விரலால் மேல் ஸட்ஜமத்தையும் சேர்த்து அழுத்தினேன். ஸ்வரங்கள் ஊமையாய் இருந்தன. ஒலிக்கவே இல்லை. பதற்றத்தோடு பெல்லோஸை வேகவேகமாக அழுத்திச் சுத்த ரிஷபம், அந்தரக் காந்தாரம், சுத்த மத்யமம் வாசிக்க மாயமாளவ கௌளைக்குப் பதில் புஸ்புஸ் என்று காற்றுதான் வந்தது. பெல்லோஸை இன்னும் லாவகமாக அழுத்திக் கீழ்ஸ்தாயி, உச்சஸ்தாயி என்று மேலும் கீழும் உள்ள கறுப்பு வெள்ளைக் கட்டைகளை அழுத்தினேன். ஸ்வரங்கள் பேசவே இல்லை. கொஞ்சங்கூட ஒலி எழவில்லை. என் ஹார்மோனியமே எங்கே உன் மணிமணியான காத்திரமான ஸ்வரங்கள். ஆஸ்துமாவில், மரணப்படுக்கையில் கிடக்கும் முருகசிகாமணிப் பாகவதரின் கடைசி மூச்சுபோல ஹார்மோனியத்திலிருந்து காற்றுதான் வந்துகொண்டிருந்தது. எனக்குக் கண்கள் இருட்டிக் கொண்டு வந்தன. ஊதுபத்தியின் புகை வளையம் சுழித்துப் பெரிதாகி என்னை நோக்கி வந்துகொண்டிருந்தது.

கணையாழி, செப்டம்பர் 2002,
உயிர் எழுத்து, செப்டம்பர் 2021

5

தீபாவளி

ஆணியில் தொங்கிய காலண்டரைக் கழற்றிவிட்டு, அகிலன் தனது உடைந்த சிலேட்டை மாட்டியிருந்தான். பிஞ்சு விரல்கள் நுழையும் சின்னக் கைப்பிடியுடன் ரோஸ் நிற பிளாஸ்டிக் சட்டமிட்ட சிலேட்டில் தீபாவளி 12 நாள் என்று எழுதி வைத்தான். ஒவ்வொரு நாளும் பள்ளிக்குக் கிளம்புமுன் எண்ணை மட்டும் அழித்து மாற்றினான். எழுதி அழித்த சுண்ணாம்புத் தடத்தின் நடுவே 6 என்றிருந்தது. தீபாவளிக்கு இன்னும் ஆறுநாட்கள் ஐந்து இரவுகள்.

"சரவணன் போன்..." மேல்மாடியிலிருக்கும் வீட்டின் உரிமையாளர் அழைத்ததும் தயக்கத்துடன் போனேன். இந்த மாதத்துக்கான வாடகை தருவதற்கான கெடுவும் நெருங்கிக்கொண்டிருந்தது.

"ஹலோ..."

எதிர்முனையில் ஊரிலிருக்கும் அம்மாவின் தீனமான குரல். இரவு, வெளியிலிருந்து திரும்பவும் பேசுவதாகப் பதில் சொல்லிவிட்டு, வீட்டுக்காரருக்கு நன்றி சொல்லிவிட்டுப் படிகளில் இறங்கினேன். மணி ஏழாகிவிட்டிருந்தது. உமா பாத்திரங்களைத் தேய்த்துக்கொண்டிருந்தாள். அகிலன் தூங்கிக் கொண்டிருந்தான்.

"தம்பிக்கு ஸ்கூலுக்கு நேரமாகல.?"

"இன்னிக்கு ஞாயிற்றுக்கிழமை"

கடந்த பத்துநாட்களாகத் தொடர்ந்து நடக்கும் படப்பிடிப்பினால் நாள் கிழமை எல்லாம் மறந்து போயிருந்தது. அதிகாலை கிளம்பிச் செல்வதும் பின்னிரவில் திரும்பி வருவதுமான படப்பிடிப்பு நாட்களில், அகிலனைக் கொஞ்சுவதுகூட அரிதாகவே இருந்தது. கிளம்பும்போதும் வரும்போதும் அகிலன் தூங்கிக்கொண்டிருந்தான். ஐந்து வயதுதான் ஆகிறது. அவன் பேசுகிற பேச்சும் கேட்கிற கேள்விகளுமாக அவனுடனிருக்கும் கணங்கள்தான் அற்புதமாக இருந்தன.

வாசலில் காரின் ஹாரன் ஒலி கேட்டதும் உமாவிடம் சொல்லிக்கொண்டு கிளம்பினேன். வாசல்வரை வந்தவள் தனது ஈரக்கையை முந்தானையில் துடைத்துக்கொண்டே என்னைப் பார்த்தாள். அந்தப் பார்வையில் நிறைய அர்த்தங்கள் இருந்தன.

"உமா ... இன்னிக்கு எப்படியும் கெடச்சிடும். கவலைப்படாத பணத்தோட வர்றேன்."

அதை நம்புவதில் சந்தேகம். கிடைத்துவிடும் என்ற நம்பிக்கையின் வெகுளித்தனமான சந்தோஷமும் கலந்து தலையசைத்தாள்.

காரின் உள்ளே சக உதவி இயக்குநர்கள் மணியும் பழனியும் இருந்தார்கள். மணி பின்புறம் தலைசாய்த்துத் தூங்கிக் கொண்டிருந்தான். பழனி சூப்பர் பாக்கைக் கடைவாயில் குதப்பிக்கொண்டே கையை உயர்த்தி வணக்கம் சொன்னான். வடபழனி நூறடிச்சாலை வழியே கார் திரைப்பட நகரை நோக்கி விரைந்துகொண்டிருந்தது.

இரவு மழை பெய்திருக்க வேண்டும். இளங்குளிர் காற்றில் அம்மாவின் ஞாபகம் வந்தது. பண்டிகை என்றாலே அம்மாதான். ஊர்விட்டுப் புலம் பெயர்ந்து தனிக்குடித்தனத்தில் வாடகை வீட்டில், என்ன பண்டிகை? வீடு நிரம்பப் பிள்ளைகளாக நானும் தம்பிகளும் இருப்போம். அதிரசத்துக்கு மாவு சேர்த்து மண்டைவெல்லம் போட்டு இடித்து பாத்திரத்தின் வாயில் வெள்ளைத்துணியால் வேடு கூட்டி வெயிலில் அம்மா வைத்ததும் நான் திருட்டுத்தனமாக எடுத்துத் தின்பேன். ஆனாலும் அம்மாவுக்குத் தெரிந்துவிடும்.

"ஒரு ரெண்டுகாலு எலி நம்ம வீட்ல திரியுது. யே... எலிக்குட்டி கைப்பட்டா மாவு கெட்டுப்போகாதா?"

வெடி வாங்கிவருவது அப்பாவின் முறை. லட்சுமி வெடி, அணுகுண்டு, டபுள்ஷாட், ராக்கெட் என்று பெரிய

லிஸ்ட் கொடுப்போம். அப்பா, தினத்தந்தி பேப்பரில் மடித்த பொட்டலத்தை சைக்கிளின் பின்கேரியரில் வைத்து வீட்டுக்கு வருவார். நடு வீட்டில் உட்கார்ந்து அப்பாவே பிரித்துக் கொடுப்பார். பொட்டலத்தைப் பிரித்ததுமே கடைசித் தம்பி எழுந்துபோய்விடுவான். சாதுவான வெடிகள்தான் நிறைய இருக்கும். மத்தாப்பு, தரைச்சக்கரம், சாட்டை, பாம்பு மாத்திரை, புஸ்வாணம் இவற்றுடன் இரண்டு சிறிய சீனிவெடி பாக்கெட்டுகளும் ஒரு லட்சுமி வெடி பாக்கெட்டும் இருக்கும்.

எனக்கு வெடியென்றால் பயம். எனவே எனது வெடிகளும் தம்பிகளுக்குப்போய் அதற்குப்பதிலாகப் பாம்பு மாத்திரைகளும் வெடிப்பு மத்தாப்பும் வந்துசேரும்.

பாம்பு மாத்திரையை எப்படிப் பற்றவைப்பது என்று அப்பதான் சொல்லித்தந்தார். நடுவீட்டின் மையத்தில் கறுப்பு நிறத்தில் இருந்த பாம்பு மாத்திரையை வத்து மத்தாப்புத் தீப்பெட்டியில் பொருத்தியதும் மாத்திரையின் மேற்பரப்பு இளகி, புஸு புஸுவென வளரத் துவங்கியது. மேல்நோக்கி வளர்ந்து இடதுபுறம் வளைந்து தலையைத் தொட்டு ஊர்வதுபோல் வளர்ந்து சென்றது. பாம்பு முளைக்கும் இடத்தைச் சுற்றிலும் நெருப்பு எரிகிறது. எரிந்து முடிந்ததும் காற்றுபோல் எடையற்று இருக்கும். கறுப்புப்பாம்பை உடையாமல் தூக்குவது ஒரு கலை. எனக்கு அதுதான் விளையாட்டு. வீடு முழுக்கப் பாம்பு வளர்த்தேன். விதவிதமாகப் பாம்புகள் வளர்ந்தன. தம்பிகளிடம் இருந்த மாத்திரைகளையும் சேர்த்துவைத்துப் பெரிய பாம்பு உருவாக்கினேன். ஐந்து மாத்திரைகளை வரிசையாக வைத்து ஐந்துதலை நாகம் உருவாக்கினேன். ஒரு கட்டத்தில் வீடு முழுக்க அம்மைத் தழும்பு மாதிரி பாம்புத் தடங்கள். தூக்கத்திலும் தரையிலிருந்து ஆயிரமாயிரம் பாம்புகள் எழும்பி ஆடுகின்றன.

ஒவ்வொரு தீபாவளியும் கொண்டாட்டம்தான். அதிகாலை மூன்றுமணிக்கெல்லாம் தலைப்பாகை கட்டிக்கொண்டு பெரிய சில்வர் வாளியை எடுத்துக்கொண்டு ஆட்டுக்கறி வாங்க அப்பா போவார்; வந்ததும் தூங்கிவிடுவார். அம்மா இரண்டு மணிக்கே எழுந்து ஒற்றை ஆளாக அடுப்படியில் நின்றுகொண்டே பலகாரங்களைச் சுட்டு அடுக்கிக்கொண்டிருப்பார். ஐந்து மணிக்கே அரைத் தூக்கத்துடன் எழுந்தால் அங்கொன்றும் இங்கொன்றுமாக வெடிச்சத்தம் கேட்கும். அதைக் கேட்பதே ஆனந்தம். தூங்கிக்கொண்டிருக்கும் கடைசித் தம்பியின் லட்சுமி வெடியைத் தெரியாமல் எடுத்து, இளையவன் போடுவான். அதிகாலைக் குளிரில் வெடிப்புகை பரவத் துவங்கும். அந்த வாசம்கூட எனக்குப் பிடிக்கும். வீட்டுக்குள் வந்தால் சின்ன அடுப்படியில் எரியும் குண்டு பல்பின் மஞ்சள் வெளிச்சத்தில்

அம்மா வடை சுட்டுக்கொண்டிருப்பார். அருகில் சட்டியில் வடைகள் குவிந்திருக்கும்.

"என்னம்மா... இதுமட்டுந்தானா?"

நெற்றிவியர்க்க அம்மா கைகாட்டும் இடத்தில் வரிசை யாகச் சட்டிகள் மூடியிருக்கும். ஒவ்வொன்றையும் திறந்தால் விதவிதமான பலகாரங்கள். அதிரசம், ஆமவடை, பாசிப்பித்தம் பணியாரம், சுவியம். குளிக்காமல் எதையும் தொடமுடியாது. எண்ணெய் தேய்த்துக் குளிக்கவேண்டும். சின்னக் கிண்ணத்தில் நல்லெண்ணெய் ஊற்றி ஒன்பது நவக்கிரகங்களுக்கும் ஒவ்வொரு புள்ளிவீதம் ஒன்பது புள்ளிகளை முழங்காலுக்கு மேல் எண்ணெய் தொட்டு வைத்துத் தலையில் கொஞ்சம் வைத்ததும் ஆவிபறக்கும் சுடுநீர்க் குளியல், சீயக்காய் கண்ணில் படாமல் குளித்தால் அதிர்ஷ்டம். ஈரத்துண்டோடு அடுப்படிக்குள் போய் ஒவ்வொன்றாக ருசிபார்த்து சாமி படத்துக்கு முன்பிருக்கும் புதுத்துணிகளில் அம்மாவிடம் மஞ்சள் தொட்டு வாங்கிக்கொள்ள வேண்டும். புத்தாடை, சரசரக்க வரிசையாக இலைபோட்டு சுடச்சுடக் கறிக்குழம்பு ஊற்றி இட்லி சாப்பிட்டதும் ஒவ்வொரு உறவினர் வீட்டுக்கும் பலகாரம் தூக்குச்சட்டியில் வைத்துக்கொண்டு போகவேண்டும். மாமா வீட்டிலும் பாட்டி வீட்டிலும் தீபாவளிக்காசு கிடைக்கும். மதியம் மேட்னி ஷோ ஸ்ரீராம் தியேட்டருக்கு டவுசர்பைக்குள் அதிரசத்தைப் போட்டுக்கொண்டு போவோம்.

தப்பிய வெடிகளின் மருந்துகளை ஒரு பேப்பரில் போட்டு தம்பி புதுவெடி செய்வான் இரவுகளில்.

வண்டி திரைப்பட நகருக்குள் வளைந்து நுழைந்தது. எட்டாக இன்னும் கால்மணி நேரம் இருந்தது. ஒன்பது மணி கால்ஷீட், காமிராமேன் அசிஸ்டெண்டுகள் ரவீனும் வின்சியும் வெள்ளைத் துணியைக் கட்டிக்கொண்டிருந்தார்கள்.

திரைப்பட நகரின் மரங்களடர்ந்த வழக்கமான சாலையை நெரிசலான போக்குவரத்துள்ள சாலைபோல உருவாக்கினோம். இன்று க்ளைமாக்ஸைப் படம்பிடிக்க வேண்டும். தனது லட்சியங்களை விட்டுவிட்டு நாயகன் குடும்பத்துக்காக உழைக்கவேண்டும் என்று முடிவெடுத்து... வேலைக்குப் போகிறான். "சத்யஜித்ரேயின் 'மகாநக'ரின் கடைசிக்காட்சியில் நாயகி வேலைக்குச் செல்வதைப்போல..." என்று டைரக்டர் உதாரணம் சொல்லியிருந்தார்.

"சத்யஜித்ரே, மிருணாள் சென்னுன்னு சும்மா பேரைத் தெரிஞ்சுக்கிட்டு நம்ம ஆளுவிடுற உதார் இருக்கே...

செழியன்

டுபாக்கவர்யா...” உதவி டைரக்டர்களின் உரையாடல்களில் கலந்து கொள்ளாமல் சற்றுத்தூரத்தில் நான் தனியாக இருந்தேன். ஓர் உதவி இயக்குநராக நடிகர்களின் உடை சம்பந்தப்பட்ட தொடர்ச்சியைக் கண்காணிப்பதும் படத்தொகுப்புக்காக எடுக்கப்பட்ட காட்சிகளில் சரியானதைக் குறித்துக்கொள்வதும் என்வேலை... மொத்தம் ஐந்து உதவி இயக்குநர்கள். நான் மூன்றாவது நிலையில் இருந்தேன். இந்தத் தீபாவளி வந்தால் சென்னைக்கு வந்து பதினொரு வருஷங்கள். முதல் மூன்று வருஷங்கள் பசியோடு வாய்ப்புதேடி அலைவதில் கழிந்தது. போதிய வருமானமில்லாதபோது... வேலை கிடைத்த மறுவருடமே அம்மாவின் பிடிவாதத்தாலும் குடும்பத்தில் மூத்தவன் என்பதாலும் திருமணத்துக்குச் சம்மதித்தேன். வருடங்கள் ஓடியதில் அகிலன் வளர்ந்து நிற்கிறான். எதிர்காலம் ஒளிமயமாகத் தெரிந்தாலும் நிகழ்காலத்தில் வெயில் எரிக்கிறது. வாடகை, அகிலனின் பள்ளிச் செலவுகள் என்று ஒவ்வொரு மாதமும் தத்தளிக்கும்போது இது மாதிரியான பண்டிகைகளும் இடையில் வந்து செல்கின்றன.

“பலசரக்கு முந்நூறு. நமக்கு விட்டுட்டாலும் அகிலுக்குப் புதுத்துணிக்கு குறைஞ்சது ஐந்நூறு எண்ணூறு இருந்தாப் போதுங்க.”

உமாவுக்கு ஒரு நூல்புடவை அவளுக்குச் சொல்லாமல் எடுத்துத்தரவேண்டும். அம்மாவுக்கு ஒரு புடவை எடுக்க வேண்டும். இந்த நிலையில் ஊருக்குப் போய்வர ஆசைதான். ஆனால் அதற்கு இன்னும் ஆயிரம் ரூபாய் வேண்டும்.

“அம்மா ... இங்க எல்லாருக்கும் துணி எடுத்தாச்சு. தம்பிகளுக்கு ..?”

“அத நான் பாத்துக்கிறேன். உமாகிட்ட கொடு ... உமா ... நல்லாயிருக்கியாம்மா... அவன் லூஸ்தனமா ஏதாவது சொல்லு வான். அவன் பேச்சைக் கேட்டுக்கிட்டு ஊருக்கு வராம இருந்துடாத ... எல்லாருக்கும் துணி எடுத்தாச்சாம்மா ?”

“ம் ... எடுத்தாச்சும்மா ...”

“பேரனுக்கு நான் எடுத்து வெச்சிருக்கேன். எங்க செல்லத்துக்கிட்ட குடு.”

“அப்பத்தா ...”

“கண்ணு ...”

“ஹவ் ஆர் யூ ..?”

"நான் நல்லாயிருக்கேன். நீ நல்லாயிருக்கியா?"

"ம்..."

"நல்லாப் படிக்கறீங்களா?"

"ம்..."

"அப்பாகிட்ட சொல்லி அப்பத்தாவைப் பாக்க ஊருக்கு வந்திரு."

"ம்... நாளைக்கு."

"வாங்க... செல்லத்துக்கு என்ன கலர் டிரஸ் எடுத்திருக்கு?"

"மஞ்சள் கலர் சட்டை, கறுப்பு கலர் பேண்ட்."

எனக்கு ஆச்சரியம். அகிலன் உமாவைப் பார்த்தான். நீ சொல்லச் சொன்னதைச் சொல்லிவிட்டேன் என்கிறமாதிரி பார்த்தான். டெலிபோன் பூத்திலிருந்து வீட்டுக்கு வரும்வரை மூவரும் ஒருவருக்கொருவர் பேசிக்கொள்ளவேயில்லை. வந்ததும் அகிலன் பேசாமல் படுத்துவிட்டான். இரவெல்லாம் உமா அழுதுகொண்டே இருந்தாள். இது நடந்து இரண்டு நாட்களாகி விட்டது.

"சார்... தீபாவளிக்கு ஏதாவது அட்வான்ஸ் கிடைக்குமா..?"

"ஒருவாரம் பேட்டா பேலன்ஸ் இருக்கு... அதையே குடுப்பாங்களானு தெரியல..."

"நம்ம ஹீரோ எல்லோருக்கும் கிஃப்ட் கொடுக்கிறாரு. ஐந்நூறு ரூபாயும் வெள்ளிக்காசும் தர்றாரு."

"சல்லிக்காசு இல்ல... வெள்ளிக்காசு எதுக்கு?"

எல்லோரும் சிரித்தார்கள்.

"ஸ்பாட்ல மோசமா திட்டுவான்... கிஃப்ட் கொடுக்கிறானா... வேணாம் ஜி... இவன் கிட்டபோய் கையேந்திக்கிட்டு."

இயக்குநர் கார் வந்தது. அடுத்த ஐந்தாவது நிமிடத்தில் ஹீரோ வந்து இறங்கினார். அதற்கிடையில் நாங்கள் போக்குவரத்துச் சாலையைத் துணை நடிகர்கள், ஆட்டோ, பஸ், இரண்டு சக்கரவாகனங்களுடன் ஒத்திகை பார்த்துத் தயாராக வைத்திருந்தோம். ஒளிப்பதிவாளர் கிரேனில் இரண்டுமுறை இறங்கி ஒத்திகை பார்த்துத் தயாராக இருந்தார்.

"சரவணா... காஸ்ட்யூம் கொடுத்திட்டியா... கன்ட்டினியூட்டி இருக்கா?"

“இருக்கு சார். எண்பத்து நாலாவது ஸீன் கன்ட்டினியூட்டி...”

“கரெக்டா பாத்துக் குடு. பழனி... டயலாக் கொடுத்தாச்சா..?”

“கொடுத்தாச்சு சார்...”

நண்பராக நடிக்கும் நடிகர் தயாராகி வந்து நின்றார்.

“ஹீரோ சார் வர்றவரைக்கும் பேக்ரவுண்ட் ஆக்ஷன் ஒரு மானிட்டர் பாக்கலாமா?”

“ரெடி சார்... டேக்” என்று சிரித்துக்கொண்டே ஹீரோ வந்தார்.

“சார் டயலாக் ஓகே...”

“டபுள் ஓகே...”

“ஒரு மானிட்டார் பாத்துடலாமா . . . இங்கயிருந்து போறீங்க... சார் உங்களைக் கூப்பிட்டதும் திரும்பி டயலாக் பேசிறீங்க . . . ஓகே சார்... ரெடி மானிட்டர் பேக்ரவுண்ட் ஆக் ஷன்...”

“சார் கிளாப்...”

“முட்டாள்... டி.வி.டி.யில உலக சினிமா பாத்தா போதுமா? வந்துட்டான் நீட்டிக்கிட்டு... போ அந்தாண்ட... ஆக்ஷன்...”

கிரேன் மேலிருந்து தணிந்தது. மணி வேகமாக என்னிடம் வந்தான்.

“ஏன் சார்... காலையிலேயே கடுப்படிக்கிறாரு.”

“இது டேக் இல்ல மணி... மானிட்டர்.”

“ஓ... ஸாரி...”

பழனி அந்தப்பக்கம் திரும்பி நக்கலாகச் சிரித்தான். நாயகன் வசனம் பேசத் துவங்கினார்.

“ஓகே சார்... டயலாக் ஓகே... இன்னும் கொஞ்சம் மெதுவா பேசலாம்” என்று இயக்குநர் சொன்னதும் ஒளிப்பதிவாளர் கிரேனிலிருந்து இறங்கி அருகில் வந்தார்.

“இன்னொரு மானிட்டர் பாத்துடலாமா..?”

“டைரக்டர் சார்... சாருக்கு வேற சட்டை மாத்தலாமா..?”

ஹீரோவும் அருகில் வந்தார். "என்ன சார்?"

"இல்ல, சட்டை கொஞ்சம் டார்க்கா இருக்கு. இன்னும் கொஞ்சம் லைட்டா இருக்கலாம்."

"அப்படியா. . . மாத்திடுவோம்... காஸ்ட்யூமர்..."

"சார்..." என்று காஸ்ட்யூமர் ஓடிவந்தார்...

"லைட் கலர் அல்லது க்ரீம் கலர் சர்ட் கொடுங்க."

"யெஸ் சார்" என்று இந்தப் பக்கம் வந்த காஸ்ட்யூமர் புரொடக்ஷன் மானேஜரிடம் வந்து, "சார் லைட்கலர் கேட்கிறாரு... சர்ட் இல்ல... எடுக்கணும்."

"என்ன விளையாடுறியா . . . ஷாட் ரெடி . . . சட்டை இல்லைங்கிற" பழனி என்னருகில் ஓடிவந்தான்.

"என்ன ஜி... என்னாச்சு..?"

"ஒண்ணுமில்ல . . . காமிராமேன் சட்டையை மாத்தச் சொல்றார்."

"குழப்பிட்டானா... என்னிக்குத்தான்யா... அவன் ஒழுங்கா ஷூட்டிங் எடுக்கவிட்டான்?"

இயக்குநர் என்னை அழைத்தார்.

"லைட் கலர் சர்ட் என்னாச்சி..? பாருங்கைய்யா... சும்மா நின்னுக்கிட்டிருந்தா எப்டி..."

"சார் . . . லைட் கலர் இல்ல சார். இந்த ஸீன் கன்ட்டினியூட்டி டார்க் க்ரீன் சர்ட்தான்!" என்று சொல்லிக் கொண்டிருக்கும்போதே காமிராமேன் குறுக்கே பேசினார்.

"என்ன கன்ட்டினியூட்டி... போன ஸீன் என்ன?"

"வீட்ல இருந்து கிளம்புற ஸீன்" என்று நான் சொல்லும்போதே ஹீரோ குறுக்கிட்டார்.

"சார் . . . என் மூஞ்சிக்குத்தான் கைதட்டறான். உங்க கன்ட்டினியூட்டிக்கு இல்ல . . . லைட் கலர் சர்ட் இருக்கா . . . இல்லையா?"

டைரக்டர் பவ்யமாக "சார். . . அந்த ஷாட் இந்தச் சட்டையிலதான் இருந்தீங்க. ஷூட் பண்ணியாச்சு..."

"ஷூட் பண்ணுனா என்ன... ஒரு ஷாட்தானே . . . அதைத் திரும்ப எடுத்துக்கலாம் . . . நான்ல நடிக்கிறேன்!" என்று சொல்லிவிட்டு,

“புரொடியூசர்...” என்று கத்தினார்.

தயாரிப்பு நிர்வாகிகள் ஓடிவந்தார்கள்.

“ஒரு சட்டை... கூட இல்லாம என்னய்யா படம் எடுக்குறீங்க..? கிரீம் கலர் சர்ட் பத்துநிமிஷத்தில் இங்க இருக்கணும்!” என்று சொல்லிவிட்டுக் குளிர்சாதன கேரவான் நோக்கி வேகமாக நடந்தார் ஹீரோ.

வெள்ளை நிற அம்பாசிடர் கார் சீறிக்கொண்டு வந்து நின்றது. அவசர அவசரமாக காரில் ஏறிக்கிளம்பினோம். நான், பழனி, மானேஜர் கணேசன், காமிரா டிபார்ட்மெண்ட் ரவீன். கார் வேகமாகக் கிளம்பி திரைப்பட நகரின் வளாகத்தை கடந்ததும் மூவரும் வாய்விட்டுச் சிரித்தோம். மானேஜர் இறுக்கமாக இருந்தார்.

“ஞாயிற்றுக்கிழமை ஷூட்டிங் வெச்சா... டபுள் பேட்டா... எவனுக்குத் தெரியுது? மூஞ்சிக்காகத்தான் கைத்தட்டுறான்னா... எதுக்குக் கதை கேக்குற... டயலாக் பேசற... மூஞ்சிய மூஞ்சிய காட்ட வேண்டியதுதானே... ஸ்பாட்ல வந்து கன்ட்டினியூட்டிய மாத்துங்கிறாரு... யாரு பணம் சார்? ஒரு மணிநேரம் ஷூட்டிங் நின்னா பத்தாயிரம் ரூபா நஷ்டம்..!”

“ஆகட்டும்... அசிஸ்டெண்ட்டுகளுக்கு அம்பது ரூவா பேட்டா குடுக்க அழுதா... இப்படித்தான் ஆகும்!”

காருக்குள் சிரிப்பலை.

“சார் என்ன பிராண்ட் போடுவாரு?”

“ஆலன் சோலி!”

“அந்த ஷோரூம் எங்க இருக்கு..? நேரா தி.நகர் போங்க”

பதற்றம் தணிந்து நான் கண்ணாடியின் வழியே நகரும் விளம்பர வாசகங்களைப் பார்த்துக்கொண்டே வந்தேன். பாண்டிபஜாரில் ஒரு கடையின்முன் கார் நின்றது. உள்ளே நுழைந்ததும் குளிர்பதனத்தின் தன்மை முகத்தில் படர்ந்தது.

“ஆலன் சோலி, சைஸ் 44 லைட் க்ரீம் கலர்!”

கடைக்காரன் எடுத்தான். நானும் பழனியும் அந்தக் கடையின் விஸ்தாரத்தைப் பார்த்தோம். விதவிதமான ஆடைகள், பனியன்கள், ஒவ்வொரு வயதினருக்குமான பிரிவுகள்.

மானேஜரின் செல்போன் ஒலித்தது.

“என்னய்யா பண்றீங்க..? சட்டையை நீங்களே செய்றீங்களா?”

“சார்... ஆன்தி வே... சார்”

“சார்... சீக்கிரம் எடுங்க சார்... கிளம்பலாம்!”

அந்தக் கடையில் எங்களுக்கான அளவில் அடர்ந்த வண்ணத்திலேயே சட்டைகள் இருந்தன.

“டிரைவர்... ஆழ்வார்பேட்டை போங்க...”

இன்னொரு குளிர்ப்பதனம் செய்யப்பட்ட கடை... அறிந்தவனைப் போல அந்தக் கடையைச் சுற்றிப் பார்த்தேன். பதினொரு வருட சென்னை வாழ்க்கையில் இதுமாதிரியான கடைகளில் இப்போதுதான் நுழைகிறேன்.

“சரவணன் சார்... பாருங்க சார். சீக்கிரம்!”

விதவிதமான சட்டைகள் விலையைத் திருப்பிப் பார்த்தேன். ஆயிரத்து எண்ணூறு.

“அடப்பாவிகளா... மூணுமாச வாடகையை சட்டையாகப் போடுறாங்களே!” என்று பழனி சொன்னதும் ரவீன் சிரித்தான். அங்கிருந்தவையும் நாங்கள் தேடிய வண்ணத்தில் அரைக்கைச் சட்டைகளாக இருந்தன.

“டிரைவர் சீக்கிரம்... ராதாகிருஷ்ணன் சாலை.”

கார் திரும்பி விரைந்துகொண்டிருந்தது.

மானேஜர் காரின் பின் ஸீட்டிலிருக்கும் காஸ்ட்யூம் அசிஸ்டெண்ட்டைப் பார்த்து...

“யோவ்... சட்டை மாத்துனா பேண்ட் மாத்தணும்ல... சொன்னியா... அதுக்கு வேற அலைய முடியாது!”

“பேண்ட் டார்க்கலர் இருக்கு சார்...”

“அப்பா... இன்னிக்குத்தான்யா ஒழுங்கா வேல பாத்திருக்கே..!”

“ஆனா... ஷூட் மட்டும் மேட்ச் வாங்கணும் சார்...”

“போயாங்... எல்லாம் இங்கயே வாங்கிக்க... வந்து சேர்ந்தபாரு... ஜட்டி மேட்சா இருக்கா... காமிராமேன் கேப்பான்?”

“இருக்கு சார்!” என்று அவன் அப்பாவியாகச் சொன்னதும் திரும்பவும் வயிறுகுலுங்கச் சிரித்தோம்.

கடைசியாக அந்த ஷோரூமில் எல்லாமே இருந்தன. கடைக்காரன் ஷூட்டிங் என்றதும் கம்பெனி பெயரையும் நடிகர் பெயரையும் கேட்டான். பதினைந்து க்ரீம்கலர் சட்டைகள் எடுத்துக் கொடுத்தான். மூவாயிரம் ரூபாய் ஷூக்கள் மூன்று ஜோடி.

அந்தக் கடையில் குழந்தைகளுக்கெனப் பிரத்தியேகப் பிரிவு இருந்தது.

அருகில்போய் அழகாக இருந்த மஞ்சள் சட்டையின் விலையைப் பார்த்தேன். அறுநூற்று எழுபத்தைந்து ரூபாய்.

கார் திரைப்பட நகரம் நோக்கி விரைந்துகொண்டிருந்தது. என் மடியில் புதிய ஐந்தாறு ஆலன் சோலி சட்டைகள் இருந்தன. தீபாவளிக்குத் தயாராகிற நகரம் ஜன்னலின் வெளியே விரைந்துகொண்டிருந்தது. நேரம் தெரியாமல் பொழுது மந்தாரமாய் இருந்தது. மழைவரக் கூடும்.

திரைப்பட நகரம் வெறிச்சோடிக்கிடந்தது. அங்கங்கு நின்றிருந்த பெட்ஃபோர்டு வேன்களும் இல்லை. மேக்கப் ரூமில் இயக்குநர் மட்டும் இருந்தார். மணியும் சில உதவியாளர் களும் வெளியில் நின்றிருந்தனர். ஷூட்டிங் பேக்கப் ஆகி இருந்தது.

“ஒருநாள் கேன்சல் ஆனா, ஒரு லட்சம் பட்ஜெட்ல கணக்கெழுதுவான். புரொடியூசர் எனக்கில்ல டின்கட்டறான். கஷ்டப்பட்டுக் கருமாதிப்பட்டு ஆயிரம் அவமானப்பட்டு பதினெட்டு வருஷத்துக்குப் பிறகு கிடைச்ச வாய்ப்பு. ஒவ்வொரு டேட்ஸுக்கும் அவனை உருவணும். போங்க... போங்க... இதெல்லாம் புரிஞ்சு வேலை செய்ங்க...”

“சார்... நம்மமேல... ஒரு தப்பும்...”

“யார் மேலயும் தப்பு இல்ல... சினிமா எடுக்க வந்ததுதான் தப்பு... போங்கையா... போங்க... போங்க...”

அவர் கண்கள் சிவந்திருந்தன. குடித்திருப்பது தெரிந்தது. புரொடக்ஷன் பையன் காரில்போன எங்களுக்கு மட்டும் சாப்பாடு எடுத்து வைத்திருந்தான். சாப்பிட மனசில்லாமல் காரில் ஏறி உட்கார்ந்தேன். மணி வரும்வழியில் இறங்கினான். நாளைக்கு ஷூட்டிங் இருக்காது என்ற தகவலைச் சொன்னான். மழை லேசாகப் பெய்யத்துவங்கியிருந்தது. காரின் கண்ணாடியில் மழைவட்டங்கள், வரைந்து கலைகின்றன.

வீட்டுக்கு வந்ததும் உமாவிடம் சாப்பிட்டதாகப் பொய் சொல்லிவிட்டுப் படுத்துத் தூங்கினேன். எழுந்தபோது

இரவு எட்டுமணி ஆகியிருந்தது. வந்துவிடுவதாக உமாவிடம் சொல்லிவிட்டு மொட்டை மாடிக்குப் போனேன். வெகுநேரம் இங்கும் அங்கும் நடந்துகொண்டிருந்தேன் அங்காங்கே சில வெடிகள் வெடிப்பதும்... வானத்தில் ஆரஞ்சுநிற நீல நிற மலர்கள் பூத்து உதிர்வதுமாக இருந்தன.

"யாருலே மாடியில..? சரவணனா... இந்நேரத்துக்கு இங்கென்ன சோலி..!"

"ஆலன் சோலி..!"

மெதுவாகப் படிகளில் இறங்கி வீட்டுக்குள் வந்தேன். அகிலன் தூங்கியிருந்தான். மணி பத்தரை ஆகியிருந்தது. எனக்கான உணவை எடுத்து மூடிவைத்துவிட்டு உமாவும் படுத்திருந்தாள். இரவு விளக்கின் மஞ்சள் வெளிச்சம் அறை முழுக்கப் பரவியிருந்தது. சாப்பிடத் தோணவில்லை. கைகோத்துப் புறந்தலை சாய்த்துப் படுத்துச் சுவரையே பார்த்திருந்தேன். அகிலன் சிலேட்டில் தீபாவளிக்கு இன்னும் மூன்றுநாட்களே இருந்தன.

விகடன், தீபாவளி மலர் 2004

6

மிஸ்டர் மார்க்

இயற்பெயர் சி. மார்க்கண்டன். இதில் சி என்பது சின்னையா, சினிமா என்ற இரண்டு வார்த்தைகளையும் குறிக்கும். 'மிஸ்டர் மார்க்' என்றால் கோடம்பாக்கத்தின் திரையுலக நண்பர்கள் பலருக்குத் தெரியும். மார்க்கண்டன், 1993இல் வெளிவந்த 'மல்லிகை' என்ற திரைப்படத்தின் இயக்குநர். "அடுத்து என்னண்ணே போய்க்கிட்டு இருக்கு?" என்று யார் கேட்டாலும் "ஃபைனல் பண்ணியாச்சு. புரொடியூசர் வெளிநாடு போயிருக்கார். வந்ததும் உக்கார்ந்திரலாம்" என்பார். தற்போது டீக்கடை பெஞ்ச்சில் உட்கார்ந்திருக் கிறார். 90களில் வெளிநாடு போன தயாரிப்பாளர் என்னும் கற்பனைப் பாத்திரம் நேற்றுவரை சென்னை திரும்பவில்லை.

வயது 50க்கு மேலேதான் இருக்கும். கேட்டால் எவ்வளவு போதையிலும் 45 என்றுதான் சொல்வார். கடந்த 10 வருடங்களில் அவருக்கு மூன்று வயது மட்டுமே கூடி இருக்கிறது. வெற்றிகரமாக ஓடுகிற ஒரு படத்தைப்பற்றிக் கேட்டால், "இதெல்லாம் ஒரு படமா?" என்பார். அதை ஒட்டிக் கொஞ்சம் பேச்சுக் கொடுத்தால், கோபம் வரும். பிறகு, எல்லாம் கெட்ட வார்த்தைகள்தான். விகடனில் அந்தக் கெட்ட வார்த்தைகளை எழுத முடியாது என்பதால், மேற்படி வார்த்தைகள் வரும் இடங்களில் எல்லாம் இனி டேஷ் டேஷ். ஒல்லியான தேகம். சாயம் பூசிய தலை. நரைத்ததை மறைக்க மீசை முடியை ஒட்ட

வெட்டி இருப்பார். நரையையும் வறுமையையும் மார்க் வெகு சிரத்தையாகவே மறைத்து வந்தார்.

“மார்க்கண்ணே. இன்னும் யூத்தாவே இருக்கீங்களே. எப்படிண்ணே?”

“ஃபிலிம் டைரக்டர்னா சில விஷயங்களை மெயின்டெயின் பண்ண வேண்டி இருக்குல்ல தம்பி.”

“ஆமா, இவரு பெரிய எல்லிஸ் ஆர் டங்கன்”. எல்லோரும் சிரிக்க அவரும் சேர்ந்து அப்பாவியாகச் சிரிப்பார். காரணம், காது கொஞ்சம் மந்தம்.

அதிகாலையில் பரபரப்பாக எங்கோ கிளம்பிச் செல்வார். சில நாட்கள் மதிய நேரங்களில் கொளுத்தும் வெயிலில் தனியாக ஒரு பெட்டிக் கடையில் நின்று தீவிரமாகக் கண்களைச் சுருக்கி எங்கோ பார்த்துக்கொண்டு சிகரெட் புகைப்பார். ஒருநாள் விபூதி பூசிக்கொண்டு பேண்ட், சட்டை அணிந்து கையில் ஃபைலுடன் பைக்கின் பின்னால் உட்கார்ந்து போய்க்கொண்டு இருப்பார். இன்னொரு நாள் அவரது மனைவி பேசிக்கொண்டு வர, லேடீஸ் சைக்கிளை உருட்டிக்கொண்டே தலை குனிந்து நடப்பார். சினிமாவைத் தவிர வேறு எதுவும் அறியாத இவர்தான் மிஸ்டர் மார்க்.

எனக்கு அவர் முதன்முறையாக அறிமுகமானது ஒரு சலூனில். பழக்கமானது, அருணாசலம் ரோட்டில் இருந்த பட்டுக்கோட்டை ஒயின்ஸின் பாரில். உதவி இயக்குநர் குமார் உடனிருந்தான். பாருக்குள் ஒரே இரைச்சலும் சிகரெட் புகையுமாக இருந்தது. மிஸ்டர் மார்க் மூன்று மேசை தள்ளி உட்கார்ந்து எதிரில் இருப்பவரிடம் இரண்டு கைகளிலும் கோணம் காட்டிக் கதை சொல்லிக்கொண்டு இருந்தார்.

“மார்க் இருக்காருடா!” குமார் திரும்பிப் பார்த்தான். “ஐயையோ. அடுத்த படத்துக்கான கதை ஓடிட்டுருக்குபோல. கேக்குறவன் போதை இறங்கிருமே. சரி, சரி, அங்க பாக்காத. ஒரு பீரு அடிச்சிட்டு ஓடிருவோம். போதையில மட்டும் அதுகிட்ட மாட்டுனோம் சிக்கல்” என்று சொல்லி, சட்டைப் பையில் இருந்த பணத்தை எடுத்து பேண்ட் பாக்கெட்டில் ஒளித்தான் குமார்.

கொஞ்ச நேரத்தில் மிஸ்டர் மார்க்கின் எதிரில் இருந்தவர், கேட்டுக்கொண்டு இருந்த கதையை அந்தரத்தில் விட்டுவிட்டு எழுந்தார். மார்க் எழுந்து நின்று அவருக்குக் கை கொடுத்தார். அவர் போன பிறகும் நின்றவாறே டாட்டா காட்டிக்கொண்டு இருந்த மார்க், சிகரெட் புகைக்கு நடுவே பாரில் இருந்த மற்ற மேசைகளைப் பார்வையிட்டார்.

“அந்தாளு எஸ்கேப். மார்க் இங்கதான் பாக்குறாரு.”

“அங்க பாக்காத” என்று குமார் எச்சரிக்கும்போதே, புன்னகையுடன் மார்க் எங்களை நோக்கி நடந்து வந்தார்.

“குட் மார்னிங் பிரதர்” என மார்க் எங்கள் மேசைக்கு அருகில் வந்து உட்கார்ந்தார். “ஓ குமாரு. இங்கதான் இருக்கியா?” என்று கேட்டவர், என்னைப் பார்த்து, “உங்களை நான் பாத்திருக்கனா?” என்று கேட்டார்.

“பார்த்திருக்கோம். அன்னிக்கு ஒருநாள் சலூன்ல” என்று மரியாதையுடன் சொன்னேன். “வி மெட் அட் த ராங் பிளேஸ். ஓ.கே. நீங்களும் கோடம்பாக்கத்தில அகதியா இருக்கீங்களா? ஐ மீன் ரெஃப்யூஜி ஆஃப் ட்ரீம் லேண்ட். சினிமாவுல இருக்கீங்களா?”

“ஆமா சார்.”

இந்த சார் என்கிற வார்த்தை அவருக்குள் ஏற்படுத்திய மலர்ச்சியை அவரது கண்களில் பார்த்தேன். நாக்கால் கன்னத்தின் உள்ளே அழுத்திக்கொண்டு கண்கள் கிறங்க, என்னை மேலும் கீழும் பார்த்தார். அவர் கண்கள் கலங்கின. கீழே குனிந்து தனது மோவாயைத் தடவிக்கொண்டே அமைதியாக இருந்தார். கலங்கிய கண்களுடன் இருக்கையில் இருந்து எழுந்தார். எதுவும் சொல்லாமல் போய்விட்டார்.

“நீ சார்னு சொன்னதும் பார்ட்டி ஃபீல் ஆயிருச்சு. திரும்ப வரும். அதுக்குள்ள ஓடிரலாம்.”

அப்போதே மணி இரவு 10 இருக்கும். அரை மணி நேரம் கழித்துக் கீழே வந்தபோது மார்க் விளக்குக் கம்பத்தின் அடியில் உட்கார்ந்து சிகரெட் புகைத்துக்கொண்டு இருந்தார். அவருக்கு அருகில் ஒரு நாய் வாலாட்டிக்கொண்டு நின்றது. குமார் நைஸாகக் கழன்றுகொண்டான்.

நான் தனியாக நடந்தபோது மார்க் என்னை நோக்கி வந்தார். சிரித்தவாறே “என்ன பிரதர்?” என்று என் தோளில் கை போட்டார். நான் மெதுவாக நெளிந்து அவர் கையை விடுவித்து நடந்தேன். அவரும் உடன் நடந்தார். நாய் கூடவே வந்தது.

“போடா. அண்ணன் வீட்டுக்குப் போறேன்” என்று நாயிடம் சொல்லிவிட்டு, என்னைப் பார்த்தார். இருவரும் தெரு விளக்குகள் அதிகம் எரியாத தெரு வழியே நடந்துகொண்டு இருந்தோம்.

“தொந்தரவு ஒண்ணும் இல்லையே பிரதர்.”

“இல்ல சார்.”

“சார் சார்னு சொல்லி என்னைக் கொல்லாதீங்க பிரதர். நான் என்ன ஏவி.எம். செட்டியாரா? வெறும் டேஷ் டேஷ் ‘மல்லிகைப்பூ’ டைரக்டர். படத்துக்கு வெக்கிற பேரா சார் அது. ‘மல்லியப்பூ’ டேஷ் பூ. ‘கானல் வரி’ எப்படி இருக்கு டைட்டில். இதை வெக்கணும்னு சொன்னேன். சிலப்பதிகாரம் படிச்சிருக்கேன்ல. அந்த புரொடியூசரு டேஷ் டேஷ் கானல் வரி வீட்டு வரில்லாம் வேணாம். எந்த டேஷுக்கும் புரியாதுன்னுட்டான். ‘ரோஜா’ன்னு படம் வந்து ஓடலை? மல்லியப் பூன்னா எல்லாருக்கும் புரியும். பொம்பளைங்க மேட்டர். மணக்கும்னான். ஒரேதா மணந்துருச்சு டேஷ். டேஷ் படமா என்னைய எடுக்கவிட்டாய்ங்க. எனக்கு வேணும் சார். எங்கப்பன் சின்னையா சொன்னாரு. என்ன சொன்னாரு, ‘டேஷ் மகனே மார்க்கண்டா, நீ படிச்சது பி.ஏ., நம்ம வம்சத்துலேயே பெரிய படிப்பு. உனக்கு சினிமால்லாம் சரிப் படாது. நீ அப்பிராணிப் பய. உன்னைய ஏமாத்திருவாய்ங்கடா’ன்னு சொன்னாரு. ‘நோ மை டியர் ஃபாதர். சினிமாதான் என் உயிர் மூச்சு’ன்னுட்டு வந்தேன். இப்ப ஊஊஊஊ” அவர் ஊளையிட்டதைக் கேட்டு தெருவோரம் படுத்து இருந்த நாய் குரைத்துக்கொண்டே அருகில் வந்தது.

“கடிச்சிராத மிஸ்டர். வைத்தியம் பார்க்க என்கிட்டக் காசு இல்ல” என்றார். எனக்குச் சிரிப்பு வந்தது. அவரும் சிரித்துக்கொண்டே “நம்ம இருக்கற கஷ்டத்துல இது வேற கடிச்சு நாய் கடிச்ச டைரக்டர்னு பட்டப் பேர் வைப்பாய்ங்க. தேவையா?” என்றார். அங்கங்கே காறித் துப்பிக்கொண்டு அடிக்கடி வாயைத் துடைத்தபடி நடந்து வந்தார். தசரதபுரம் பேருந்து நிலையம் அருகில் தெருமுனையில் பிரிவதற்கு முன் இருவரும் நின்றோம்.

“பாக்கலாம் சார்.”

“பாத்தியா திரும்ப சாருங்கிற? ஷூட்டிங்லதான் தெரியாதவன்லாம் என்னை சார் சார்ன்னாய்ங்க. அப்புறம் சார் போடுற ஒருத்தனைக் காணோமே. எங்க போனாய்ங்க? அற்றக் குளத்து அரு நீர்ப் பறவைக. கில்ட்டியா இருக்கு பிரதர். அப்படிக் கூப்பிடாதீங்க. வாடா டேஷ் போடா டேஷ்னுகூடக் கூப்பிடுங்க. சார் மட்டும் வேணாம்” – சிகரெட்டை எடுத்துப் பற்ற வைத்தார்.

“சரி உங்களுக்கு இப்ப சிரமம் ஒண்ணும் இல்லையே பிரதர்.”

“இல்லை.”

"பணத்துக்கு எதுவும் கஷ்டம்னா, எங்கிட்டக் கேளுங்க. இப்ப செலவுக்கெல்லாம் காசு இருக்குல்ல."

"ம் இருக்குண்ணே."

"அப்ப ஒரு ஹண்ரட் ருபீஸ் குடுங்க."

பையைத் துழாவி என்னிடம் இருந்த பணத்தை எடுக்கும்போதும், அவரே பேசிக்கொண்டு இருந்தார்.

"ஏற்பது இகழ்ச்சி. என்ன செய்ய? நான் கனவு காண்றவன் பிரதர். ட்ரீமர். குடிக்கிறதை நான் நியாயப்படுத்தலை. ஒரு க்ரியேட்டர் இந்த இரைச்சல் நிறைஞ்ச நகரத்தில் 24 மணி நேரமும் கான்சியஸ்ஸோட எப்படி வாழ முடியும்?" பணத்தை வாங்கிக்கொண்டார்.

"பிரதர் உங்ககிட்ட ஒருநாள் என் கதையைச் சொல்லணும். மல்லியப்பூவை மறந்துருங்க. இது வேற. ரியலிஸ்டிக்கான கதை."

"சொல்லுங்க சா... ஸாரி சொல்லுங்கண்ணே."

CUT

லேசாகத் தூறிக்கொண்டு இருந்தது. சாலிகிராமம் பேருந்து நிலையத்தில் நின்றுகொண்டு இருந்தேன். மார்க் தூரத்தில் தனது மகளுடன் நடந்துவந்துகொண்டு இருந்தார். அவரைப் பார்த்ததும் அங்கே இருந்த கடையில் புகுந்து ஒளிந்து கொண்டேன். ஒரு நிமிடம் என் செயல் எனக்கே கேவலமாக இருந்தது.

படப்பிடிப்பில் எனக்குக் கிடைக்கிற சொற்பப் படிக்காசைச் சேர்த்து ஒரு தனி ஆளாக நாட்களை ஓட்டுவதே சவாலாக இருக்கும் நகர வாழ்க்கையில், மார்க் எந்த வருமானமும் இல்லாமல் குடும்பத்தை எப்படி ஓட்டுவார்? எப்படி வாடகை கொடுப்பார்? குழந்தை என்ன சாப்பிடும்? என் செயல் எனக்கே குற்ற உணர்வாக இருந்தது. ஒரு 100 ரூபாய் கொடுத்தால் குறைந்துவிடவா போகிறோம் என்று நினைத்து, கடையில் இருந்து வெளியே வந்தேன். மார்க் பேண்ட் அணிந்து சுத்தமாக சவரம் செய்த முகத்துடன் சாந்தமாக நின்றுகொண்டு இருந்தார். அருகில் அவரது மகள் சீருடையில் நின்றிருந்தது.

"வணக்கம்ணே. இதுதான் உங்க பொண்ணா?"

"ஆமா."

"உங்க பேர் என்ன மேடம்?"

ஹார்மோனியம்

குனிந்துகொண்டே "தமிழ்ச்செல்வி" என்றது.

"எத்தனாவது படிக்கிறீங்க?"

"செகண்டு."

"இருங்க பிரதர். இதுதான் ஸ்கூல். விட்டுட்டு வந்துர்றேன். மாமாவுக்கு பை சொல்லுங்க."

"பை."

மகளைத் தூக்கிக்கொண்டார். தூறலில் நனைந்துவிடாமல் ஓட்டமும் நடையுமாக நெரிசலான சாலையைக் கடந்தார். பள்ளியின் வாசலில் விட்டுவிட்டு மகளுக்கு டாட்டா காட்டி விட்டு வந்தார். மார்க்கைத் தந்தையாகப் பார்ப்பது நெகிழ்ச்சி யாக இருந்தது.

"தி.நகர் போகணும் பிரதர்."

"நானும் அதுக்குத்தான். 12 சி–க்காக வெயிட் பண்றேன்."

"நீங்க இப்பத்தானே. நான் 30 வருஷமா வெயிட் பண்றேன். எல்லாத்துக்கும் வெயிட்டிங் சார்ஜோட சேர்த்து ஒரு ஹிட் குடுத்து 12 சி சம்பளம் வாங்கணும் இந்த சினிமாவுல" என்று கண்ணடித்துச் சிரித்தார்.

"தி.நகர்ல ஒரு டி.வி. சீரியல் கம்பெனி. டயலாக் எழுதக் கூப்பிடுறான். எபிசோடுக்கு 1,000 ரூவா. எனக்கு இருக்கிற பசியில 300 எபிசோடையும் மூணு நாள்ல எழுதிருவேன்." அருகில் நெருங்கி வந்து ரகசியமான குரலில் சொன்னார். "15 வருஷமா வேலை இல்லை. குடும்பத்தையும் குழந்தையையும் வெச்சுக்கிட்டு ஓட்டுறது இருக்கே, அப்பப்பா நமக்கு ஒரு லட்சியம் இருக்கு பிரதர். அதுங்களுக்கு என்ன இருக்கு? பாவம். தெரியாத ஊர்ல இருந்துக்கிட்டு நினைச்சுப்பாருங்க. எவ்வளவு பெரிய எக்ஸ்ப்ளாய்டேஷன். என் வீட்டுக்காரிக்குச் சுத்தமா இந்த ஊரு பிடிக்கவே இல்ல. வர்றது 12சி –தானே?"

"இல்லண்ணே."

"கண்ணும் அவுட் அடிக்குதா. நல்லவேளை இந்த டி.வி. வேலை வந்துச்சு. இல்லேன்னா, என்ன செய்யறது? குழந்தை வளருது சார். அதுக்கு ஃபீட் பண்ணணுமே. போன வாரம் ஸ்கூல் ஃபீஸ் கட்டுறதுக்குள்ள முழி பிதுங்கிப்போச்சு. உங்களை எல்லாம் தேடினேன். அம்புடல" என்று புன்னகைத்தார்.

"ஆயிரம் பொய் சொல்லிக் கல்யாணம் பண்ணலாம். ஆனா, பத்தாயிரம் பொய் சொல்லித்தான் புரொடியூசர்

புடிக்கிறாய்ங்க. நமக்குப் பொய் சுட்டுப்போட்டாலும் வராது பிரதர். பேசாம நீங்களும் டி.வி–க்கு வர்றீங்களா. கேமராமேனுக்கு ஒரு நாளைக்கு ரெண்டாயிரம்."

அன்று எனக்கும் சேர்த்து மார்க்கே டிக்கெட் எடுத்தார். நான் அவசரமாகப் பணத்தை எடுத்தபோது அலட்சியமாக, 'வைங்க' என்று சைகை செய்தார்.

ஆறு மாதம் கழித்து மார்க்கைச் சந்தித்தபோது அவர் சிவப்பு நிறப் புது ஸ்கூட்டியில் தனது மகளுடன் பூங்காவுக்கு வந்திருந்தார். பூங்காவைப் பார்த்ததும் தமிழ்ச்செல்வி சந்தோஷ மாக இறங்கி ஓடியது. மார்க்கைப் பார்த்ததும் இரண்டு உதவி இயக்குநர்கள் மெள்ள விலகிப் போனார்கள்.

"இவருதான்டா மிஸ்டர் மார்க். ஒரு பட டைரக்டர். ஹஹ்."

"என்ன பிரதர். நல்லா இருக்கீங்களா? டி.வி. சீரியல்தான் எழுதிட்டு இருக்கேன். ஒரே சோகம்" – ஒரு சிகரெட் பாக்கெட்டை சட்டைப் பையில் இருந்து எடுத்து, ஒன்றை உருவி உதட்டில் வைத்துக்கொண்டே பேசினார். "கண்ணு வழியா ஒண்ணுக்குப் போயிருவாய்ங்கபோல. ஹஹ்ஹா. ஆம்பளையும் பொம்பளையும் அழுதுக்கிட்டே இருக்காய்ங்க. என்ன? மீட்டரு விழுந்துக்கிட்டு இருக்கு. அவங்க கண்ணீரு என் கண்ணீரைத் துடைச்சிருச்சு" என்று வாய்விட்டுச் சிரித்தார்.

"உங்களுக்கு ஒருநாள் சப்ஜெக்ட் சொல்லணும். ஃப்ரீயா இருக்கும்போது."

"ஓ.கே."

"ஃப்ரீயா இருந்தா இப்பவே சொல்லவா?"

என்ன சொல்வது என்று தெரியாமல் மையமாகச் சிரித்தேன்.

பூங்கா பக்கத்தில் நிற்கும் பலூன்காரன், பலூனை இழுத்து விநோதமான சத்தத்தை எழுப்பிக்கொண்டு இருந்தான்.

"முன்னாடி ஒரு லைன் இருந்துச்சு, சூப்பர் மேட்டரு. 'கரகாட்டக்காரன்' வந்த புதுசுல ராம ராஜனுக்குப் பண்ணது. அப்புறம் ராஜ்கிரண் வந்ததும் கேரக்டருக்கு மீசையை முறுக்கி கைலியைத் தூக்கிக்கட்டி உள்ளதான் வாழத்தாரு டவுசர் அல்ரெடி இருக்கே. உருவத்தை மட்டும் மாத்துனேன். அம்மா சென்ட்டிமென்ட் ரெண்டுக்கும் பொது. ஆனாலும், வொர்க்–அவுட் ஆகலை."

“அப்படியே கைலி, டவுசரை உருவிட்டு போலீஸ் டிரெஸ் மட்டும் போட்டு கேப்டனுக்கு சொல்லிப் பாருங்களேன்”னாங்க. அங்கயும் அவுட்டு. இந்த அண்ட்ராயர், பேண்ட்டைக் கழட்டி மாட்டுறதுலேயே 10 வருஷம் போயிருச்சு. திரும்பிப் பார்த்தா, அஜீத்துங்கிறாங்க, விஜய்ங்கிறாங்க. அந்த அம்மா மேட்டரை அப்படியே தங்கச்சி சென்டிமென்ட்டாக்கி, மெயின் கேரக்டருக்கு ஜீன்ஸ் டி–ஷர்ட் எல்லாம் போட்டு, யூத் மேட்டரு, லவ்வு, குத்துப் பாட்டுன்னு சொல்லிப் பார்த்தா. ம்ஹூம். கோளாறு எங்கிட்டதான் இருக்குன்னு கண்டுபிடிக்க இத்தனை வருஷம். அட, போங்கப்பான்னு எல்லாத்தையும் கிழிச்சுப் போட்டுட்டு, புதுசா உக்காந்து யோசிச்சு ஒரு நாலஞ்சு லைன் பிடிச்சேன். அதுல ஒண்ணுசொல்லலாம்னா.”

பலூன்காரன் விநோதமான சத்தத்தைத் தொடர்ந்து எழுப்பிக்கொண்டு இருந்தான்.

“எனக்கே இந்தச் சத்தம் டார்ச்சரா இருக்கு. இன்னொரு நாள் சொல்லவா?”

கடந்த 10 வருடங்களில் டீக்கடைகளில், நண்பர்களின் போதைப் பார்ட்டிகளில், அருணாசலம் சாலையில், ப்ரிவியூ படக் காட்சிகளில் மிஸ்டர் மார்க்கை எப்போதாவது பார்ப்பேன். தூரத்தில் இருந்து கையை உயர்த்துவார். இடைப்பட்ட காலத்தில் குமார் இணை இயக்குநராகி ஒரு படம் ஒப்பந்தமாகி இருந்தான். நானும் இரண்டு படங்கள் ஒளிப்பதிவு செய்திருந்தேன்.

“சார், ஒரு நிமிஷம். என்னைத் தெரியுதா. என்ன சார் கேமராமேன் ஆனதும் மறந்துட்டீங்களா?”

“உங்கள மறக்க முடியுமாண்ணே.”

“உங்க செல் நம்பர் குடுங்க.”

“நம்பர் குறிச்சுக்கங்க. எங்கண்ணே ஸ்கூட்டி?”

“சேட்டு ஆசைப்பட்டுக் கேட்டான். குடுத்துட்டேன். ஹஹ்ஹஹா.”

“சீரியல்?”

என்னைத் தனியாகக் கையைப் பிடித்து அழைத்துப் போனார். “அது ஒரு ஆறு மாசக்கூத்து. அவ்வளவுதான். வறுமை. என் மக மூஞ்சியைப் பாக்க முடியாமத்தான் எழுதப் போனேன். கலைஞனுக்கு எது மரணம் சொல்லுங்க? காம்ப்ரமைஸ். காசுக்காக இந்தக் கண்றாவி எல்லாம் செய்யணுமான்னு

யோசிச்சேன். விட்டுட்டேன். ஒரு டைரக்டர்ங்கிறவன் யாரு பிரதர். கிங்!”

அவர் குடித்திருப்பது வாசனையில் தெரிந்தது.

“பாம்பு இருக்கே. அதுக்குப் பல்லைப் புடுங்கிட்டா என்ன சொல்லுங்க? புழு. சீ, இந்த சீரியல் எழுதி இது மாதிரி டயலாக் எல்லாம் பேசும்போதே வருது. கருமம். என்ன சொன்னேன். ம், டைரக்டர்னா கிங். இந்த உலகத்துல ரெயின்னு யாரு சொன்னா மழை பேயுது. நான் சொன்னேன். என் படத்துல மழை பேஞ்சது சார். ஃபிலிம் பண்ணணும் சார். ‘ஸ்டார்ட் கேமரா’ன்னு சொன்னதும் அதுக்கடுத்து டுர்ருனு கேமரா ஓடுற சத்தம் கேக்குமே. அதுதான், அந்தச் சத்தம் கேக்கணும் சார் காதில. தூங்குனா இப்பவும் அதுதான் கேக்குது. அது உள்ள கேட்டுக் கேட்டுத்தான் வெளியில எதுவும் கேக்கல. அட, பசியிலதான் பஞ்சடைக்குதுன்னு பார்த்தா, நெசமாவே காது அவுட்டு. ஹஹ்ஹா. 30 வருஷம் ஆச்சு, சினிமாவுக்கு வந்து. கணக்குப்பண்ணிப் பாத்தேன். பத்தாயிரம் ராத்திரி. பத்தாயிரம் பகல். அவ்வளவு நாளா காத்திருக்கிற என் வாழ்க்கையில ஷூட்டிங் நடந்த நாள் எத்தனை சொல்லுங்க? வெறும் 50 நாள். ப்ச். படம் பண்ணணும் சார். ஹிட் அடிக்கணும். நான் நேசிக்கிற சினிமா என்னைய விட்டுடுமா. சொல்லுங்க. எப்படி விடும்? சரி, அதுவரைக்கும் என் பொண்டாட்டி தையல் மெஷின்ல கிழிஞ்ச துணி தைச்சுத்தான் சாப்பிடணும்னு இருந்தா யாரால மாத்த முடியும்? இல்ல. தாங்க முடியாத கஷ்டமா இருக்கு. கேமராமேன் சார், ஒரு 1,000 ரூபா குடுங்கன்னா குடுக்க மாட்டீங்களா?”

இந்த வருடத்தின் ஒரு காலைப் பொழுது 7 மணி இருக்கும். செய்தித்தாள் வாங்குவதற்காகக் கடைக்குப் போனபோது, மார்க் கடையின் ஓரமாக நின்று புகைத்துக்கொண்டு இருந்தார். முகம் தெளிவாக இருந்தது. 10 வருடங்களுக்கு முன்பு பார்த்ததைப்போலவே இருந்தார். கொஞ்சம் மெலிந்திருந்தார். என்னைப் பார்த்ததும் கையை உயர்த்திச் சிரித்தார்.

“என்ன சார். பார்த்து ரெண்டு வருஷம் இருக்குமா?”

“இருக்கும்ணே. எப்படி இருக்கீங்க?”

“நல்லா இருக்கேன். குடிக்கிறதைவிட்டு ஒரு வருஷம் ஆச்சு. காலையில 5 மணிக்கு எந்திரிக்கிறேன். சின்ஸியரா ஸ்க்ரிப்ட் வொர்க் பண்ணிட்டு இருக்கேன். இப்ப யாரு படம் பண்றீங்க சார்?”

“நம்ம குமார் படம்தான்.”

“ஓ! அந்தப் படம் நீங்கதான் கேமரா பண்ணுறீங்களா? குமார் சொல்லுச்சு. படம் நல்லா வந்திருக்குன்னு.”

“ஆமா.”

“புதுசா ஒரு கதை பண்ணிவெச்சிருக்கேன். சின்ன பட்ஜெட். ஒன் சி–யிலகூட முடிச்சிரலாம். ஒருநாள் சொல்றேன். உங்களுக்கு ரொம்பப் பிடிக்கும். யதார்த்தமா இப்ப இருக்க ட்ரெண்டுல யாரும் புரொடியூசர் வந்தா விட்டுறாதீங்க. கொஞ்சம் மறக்காமச் சொல்லுங்க சார்.”

“கண்டிப்பா சொல்றேன்.”

“உங்ககூட ஒரு படம் பண்ணணும் சார்.”

“கண்டிப்பா பண்ணலாம்ணே. உங்க நம்பர்?”

“அது ரீ–சார்ஜ் பண்ணாமக்கெடக்கு. பழைய தெருவுலதான் சார் வீடு. அந்த கன்னிகா மெடிக்கல் ஸ்டோர் இருக்குல்ல. அதுக்குப் பக்கத்து காம்பவுண்ட். அந்த மெடிக்கல் ஸ்டோர்ல சொன்னாக்கூட . . .”

“கண்டிப்பா சொல்றேன்.”

“கொஞ்சம் மறக்காம சொல்லுங்க சார். இப்பதான் புதுசு புதுசா புரொடியூசர் வர்றாங்களே” கூடவே நடந்து வந்தார். பிறகு, இருவரும் எதிர் எதிர் திசையில் பிரிந்தோம். வீட்டுக்கு வந்ததும் குமாருக்குப் பேசினேன்.

“என்னப்பா, உங்க ஆளைப் பாத்தேன்.”

“யாரு?”

“மிஸ்டர் மார்க்.”

“ஹ்ஹ்ஹா என்ன சொல்லுதுண்ணே. போன வாரம் காலையில 6 மணிக்குப் பார்த்தேன். ஷூட்டிங்குக்குக் கூட்டிப் போங்கப்பா. என்ன வேலைன்னாலும் செய்யுறேன்னு சொல்லுச்சு. காமெடி நல்லாச் சொல்லும். அடுத்த ஷெட்யூல்ல கூட்டிட்டுப் போவம்.”

நேற்று மாலை வெற்றிகரமாக ஓடிக்கொண்டு இருக்கும் ஒரு புதுப் படம் பார்க்க கமலா தியேட்டரில் டிக்கெட் எடுத்து நின்றுகொண்டு இருந்தேன். கூட்டம் நிரம்பி வழிந்தது. தியேட்டருக்குள் படம்விடும்வரை பொழுது போக வேண்டுமே என செல்போனை எடுத்தேன். இரண்டு எஸ்.எம்.

எஸ்—கள் வந்திருந்தன. ஒன்று, தெரியாத எண்ணில் இருந்து ஒரு பாலிசிக்கான அறிவிப்பு. இன்னொன்று, குமாரிடம் இருந்து வந்திருந்தது. திறந்தேன்.

"மார்க் எக்ஸ்பைர்டு."

அதிர்ச்சியாக இருந்தது. கருணையற்ற காலம் அவருக்கு இன்னொரு வாய்ப்பைத் தந்திருக்கலாம். எப்படி இறந்தார், எங்கு என்று எதுவும் கேட்கப் பிடிக்கவில்லை. படம் பார்க்க மனம் இல்லாமல் கூட்டத்தில் இருந்து பிரிந்து நடந்தேன். தூறலில் தன் மகளைத் தூக்கிக்கொண்டு அவர் சாலையைக் கடந்த சித்திரம் திரும்பத் திரும்ப நினைவில் வந்துகொண்டே இருந்தது!

ஆனந்தவிகடன், 2010

7

பாட்டி கதை

'எழுதிக்கங்க... சிரஞ்சீவி மகள் ராமலட்சுமிக்கு...

உன் அம்மா சின்னப்புள்ள எழுதுற கடுதாசி. நீயும் பேரப்பிள்ளைகளும் மருமகனும் நல்லா இருக்கீங்களா..? நான் இங்க நல்லா இல்லை. அதைச்சொல்றதுக்குத்தான் இந்தக் கடுதாசி...'

'எழுதிட்டீங்களா...'

'ம்...எழுதிட்டேன்... பாட்டி...'

'சிங்கப்பூருக்கு வந்து இந்த வெள்ளியோடு மூணுமாசம் ஆயிருச்சு. உங்கிட்ட இருந்து ஒருபோனு இல்லை. இங்க நான் இருக்கனா... செத்தேனான்னு தெரிஞ்சுக்கக்கூட நாதியில்ல. இந்த சரவணன் பய, பெறந்த பிள்ளையைப் பாத்துக்க ஆளில்லைன்னு கெஞ்சினான்னுதானே நா இங்க வந்தேன். வந்ததுக்கு நல்லா அனுபவிக்கிறேன். நாலுபிள்ள பெத்தா நாய்ச்சட்டியில சோறும்பாங்க. நானும் நாலுதானே பெத்தேன்...'

பாட்டி கண்களிலிருந்து தாரையாகக் கண்ணீர் வழிந்தது. கண்ணாடியைக் கழற்றி மடியில் வைத்துவிட்டு முந்தானையால் கண்களைத் துடைத்துக்கொண்டது.

பாட்டி அழுவதைப் பார்த்ததும் நான் என்ன சொல்வது என்று தெரியாமல் தலைகுனிந்திருந்தேன்.

‘எனக்கு வேணும். அந்த மனுஷன் போன உடனேயே நானும் மண்டையைப் போட்டிருக்கணும்... இப்படில்லாம் தெரியாத தேசத்தில வந்து சீப்படணும்னு என் தலையில எழுதியிருக்கு...’

‘அழாதீங்க பாட்டி...’

பாட்டி மடியில் கிடந்த முந்தானையை எடுத்து மூக்கைச் சிந்திக்கொண்டது.

‘யாரு பெத்த புள்ளையோ... இந்தக் கடுதாசியை நீ எழுதணும்னு இருக்கு... ஒரு ரெண்டு வார்த்தை சேந்தாப்பில பேச இங்க ஆளில்லைய்யா... பொழுதென்னைக்கும் டிவி பொட்டியைப் பாத்துக்கிட்டு இருக்கவேண்டி இருக்கு. தெரிஞ்ச மனுச மொகத்தைப் பாத்தா கொஞ்சம் அனுசரணையா இருக்கும். அதுக்கு வழியில்லை. நிஜாம் லேடி புகையில இங்க கிடைக்குமா...’

‘தெரியல பாட்டி...’

உயரமான கட்டடங்களுக்கு நடுவிலிருந்த மரங்களுக்கு அடியில் சிமிண்ட் பெஞ்சில் நானும் பாட்டியும் உட்கார்ந்திருந்தோம். அப்போது விமானம் பறக்கும் சத்தம் கேட்க பாட்டி கண்களைச்சுருக்கி அழுக்கான கண்ணாடி வழியாக வானத்தைப் பார்த்தது. சிங்கப்பூரிலிருந்து தூர தேசங்களுக்குக் கிளம்பிச்செல்லும் விமானம் சாய்வாக வானத்தில் நுழைந்துகொண்டிருந்தது.

‘இந்த ஏரப்பிளான் எந்த ஊருக்குப்போகுது..’

‘தெரியல பாட்டி...’

‘... ... ...’

விமானம் மேகங்களுக்குள் மறையும்வரையில் பாட்டி வானத்தையே பார்த்துக்கொண்டிருந்தது.

‘பாட்டி சாப்டாச்சா....’

‘அது ஒண்ணுதான் குறைச்சல்... குக்ரா... பக்ரா அதில... சோறு ஆக்குறாங்களே...’

‘குக்கர்.’

‘ஆமா அந்தச் சனியன்தான்... அது கரண்ட்டுல அவிக்குது... எங்கயாவது வெளியூருக்குப்போனா வீட்டில வளக்கிற நாய்க்கு சோறு போட்டு சட்டியில மூடி வைச்சுட்டுப்

போவோம் தெரியுமா... அதுமாதிரி மருமக ஐஸ் பொட்டியில எனக்கு வச்சிட்டுப் போயிருக்கா... விறைச்சுப்போய் பச்ச நாவியா இருக்கும். மாத்திரை முழுங்கிறதுமாதிரி முழுங்கணும்... நாய்ன்ன உடனே ஞாபகம் வருது... பைரவா, நீ என்ன சாப்டியோ... எப்டி இருக்கியோ... பாசக்கார நாயி... நான் வளர்த்த நாயி... அதுவும் ஒரு புள்ளைதான் எனக்கு... நாலுபிள்ளைகளுக்கு இல்லாத நன்றி அந்த நாய்க்கு இருக்கும்... என்ன செய்யுதோ தெரியல... பாவம்.'

'இங்க எப்படி வந்தீங்க பாட்டி...'

'தலைப்பிரசவத்துக்கு ஊருக்கு வந்த என் மருமக என்னைய எட்டிப்பாக்கல. இந்தப்பய, என் மகனும் சிங்கப்பூர்ல இருந்து வந்தா நேர எங்க வீட்டுக்குத்தான் வருவான். ஆனா இந்த தடவை வந்து பத்துநாளா வரல. புள்ள பெறந்ததும் சொல்ல வந்தான். அப்ப ஆத்தா உன்னையப் போட்டா புடிக்கணும்னு சொல்லி இங்க ஒரு இடத்தில போட்டோ புடிச்சு கையோட வாங்கிட்டு, இருக்க ரேசன் கார்டையும் வாங்கிட்டுப் போனான். நானும் பேரன் பொறந்ததைப் பாத்துட்டு கையில நூறுரூபா வச்சுக் குடுத்துட்டு வந்தேன். அப்ப எங்கிட்ட ரெண்டுமூணு இடத்தில கைநாட்டு கேட்டான். எதுக்குப்பான்னு கூட கேக்கல. அதுவுமில்லாம இந்தக் கிழவிக்குன்னு எந்த சொத்து இருக்கு; எழுதி வாங்க... அப்புறம் ஒரு தகவலும் இல்ல. திடீர்னு ஒருநாளு மகனும் மருமகளும் ஆறு மாசக் குழந்தையோட வீட்டுக்கு வந்தாக... வந்து கௌம்பு கௌம்பு... சிங்கப்பூர் போவோம்னு மகன் சொல்றான். அவளும் வாங்க அத்தைங்கிறா... அத்தையாம் அத்தை... கல்யாணம் ஆன ரெண்டு மாசத்தில என்னைக் கையை ஓங்கிகிட்டு வந்தவதான இவ. இப்ப அத்தையாம் அத்தை... கிழவியைக் கூட்டிட்டு வா என்னால புள்ள வளக்க முடியாதுன்னு புருஷன்கிட்ட அழுதுருப்பா... பாயிபரப்பா அவ பேச்சக் கேட்டுகிட்டு... என்மகனும் நான் சிங்கப்பூருக்கு வந்தாலே வரணும்னு ஒத்தக் காலுல நிக்கிறான். அந்த மனுஷன் இருந்தா இப்படி விடுவாரா... எனக்குத்தான் புத்தி எங்க போச்சு... தெரியாத இடம்... கடைசிக் காலத்தில கூறுகெட்டுப்போயி இப்படி வரலாமா... ஒரு கோயில் இல்ல, குளம் இல்ல... அட... கக்கூஸு கண்றாவியெல்லாம் நான் எந்தக்காலத்தில பாத்தேன். ஊறுகாய்ச்சாடி மேல உக்காந்த மாதிரியே... இருக்கு... கரும சண்டாளம்... சாகப் போற காலத்தில இந்தக் கேவலம்லாம் எனக்குத் தேவையா...'

எனக்குச் சிரிப்பு வந்துவிட்டது. பாட்டியும் சிரித்தது.

'பின்ன என்ன... நீ பொம்பளப்பிள்ளையா இருந்தா வேற மாதிரி சொல்லியிருப்பேன்... கருமம் கருமம்... உக்காந்த சட்டி மேல குடும்பமே உக்காந்துகிட்டு... அதுவும் நடுவீட்டுக்குள்ள.'

நான் வாய்விட்டுச் சிரித்தேன். பாட்டியும் சிரித்தது.

இன்னொரு விமானம் தலைக்குமேலே பறந்தது. பாட்டி வானத்தை அண்ணாந்து பார்த்தது. விமானம் மேகங்களுக்குள் மறையும்வரை கண்களைச்சுருக்கிப் பார்த்துவிட்டு பாட்டி தலைகுனிந்து அமைதியாக உட்கார்ந்திருந்தது. முகத்தில் முன்பிருந்த புன்னகை மறைந்து சோகம் கவிந்தது. விமானம் மறைந்தபின்னும் அந்த சத்தம் இன்னும் கேட்டுக்கொண்டிருக்க, பாட்டியின் கவனத்தை மாற்ற பேச்சுக்கொடுத்தேன்.

'பாட்டி உங்களுக்கு எத்தனை வயசு...'

'எனக்கா...'

'... ... ...'

'... ஒரு எழுபத்தஞ்சு இருக்காது ? இருக்கும்... இங்க இருக்க மகன் கடைசிப்பையன். ரொம்ப தாம்சமா பொறந்தான். இவன் பொறக்கும்போது மூத்தமக கட்டிக்குடுக்கிற வயசில இருந்தா... அந்தக்காலத்திலதான் சமஞ்ச உடனே கட்டிக் குடுத்திருவாங்களே... இவனுக்குக் கல்யாணம் பண்ணும் போது முப்பது வயசு. இந்தக்காலத்தில முப்பது வயசுக்கு மேலதானே கல்யாணமே நடக்குது. இவனுக்குக் கல்யாணம் நடந்து பாக்காத வயித்தியமெல்லாம் பாத்து அஞ்சு வருஷம் கழிச்சு இந்தப் பேரன் பொறந்தான். அப்டியே கண்ணு மூக்கு எல்லாம் அவுக தாத்தா மாதிரி... அதான்... எங்க வீட்டுக்காரரு மாதிரி. செத்துப்போன மனுஷன் திரும்ப மகன் வழியா வந்துட்டாருன்னு ஊரே வாயாறிப் போச்சு... அதிலதான் மயங்கிட்டேன். செத்தவரைத்தான் பாக்க முடியாது... இருக்கவரைக்கும் இந்த பச்சைப்புள்ள முகத்தையாவது பாத்துக்கிட்டு இருக்கலாமேன்னு இந்தக்கிழவிக்கு ஒரு நப்பாசை. அதான் கிளம்பி இங்க வந்தேன். செத்தவங்க எந்தக்காலத்தில திரும்பவந்து பொறந்திருக்காங்க... சொல்லு. ..நமக்கா ஒரு நம்பிக்க... அப்டி அலையா அலைஞ்சு அபூர்வமா பொறந்த புள்ளைக்கு எங்க வீட்டு அழகி அதுதான் இந்த மருமகக்காரி தாய்ப்பாலு குடுக்க மாட்டேங்கிறா... நான் கேட்டா சண்டை... நாகரிகம் தெரியுமான்னு கேக்கிறா... சரி இந்தப் பொசகெட்ட பய சொல்லணுமா வேணாமா... எதுக்கெடுத்தாலும் சும்மா லூஸு மாதிரிக் கத்தாத... அவதான்

கோவக்காரின்னு தெரியும்ல கொஞ்சம் அனுசரிச்சுக்கன்னு சொல்றான். இவ வயசென்ன என் வயசென்ன ..? அவ திட்டுவாளாம் நான் அனுசரிக்கணுமாம்...'

இவரு... இவன்தான் என் மகன்காரரு, கொற மாசத்தில பொறந்த பய. வயித்திலேயே அவனைக் கட்டிக்கிட்டுத் திரிவேன். வெளியில சொன்னா வெட்கக்கேடு மூத்தவளுக்குத் தலைப்பிரசவம் முடிஞ்சு கைப்புள்ளையோட வீட்டில இருக்கா. இந்தப்பய அப்பவும் பாலுகுடி மறக்கல. ஆறு வயசு வரைக்கும் தாய்ப்பாலு குடிச்சிருக்கான். அந்தத் திமிர்லதான் என்னை லூஸுங்கிறான். அடிக்க வர்றான். என்னை மாதிரி இல்லாததெல்லாம் புருஷன் போனாலே போயிரணும். அப்புறம் இருந்து சீப்படக்கூடாது . . . நானும் கும்பிடாத சாமியில்ல... ஆத்தா அங்காள பரமேஸ்வரி என்னைச் சீக்கிரமே எடுத்துக்க தாயேன்னு தெனமும்தான் கும்பிடுறேன். அவளுக்கு மனசு இறங்கலயே. இப்பவே மூட்டுவலி உயிரு போகுது. ஒரு நாளு மாத்திரை சாப்பிடலைன்னா மூட்டைப்பிடிச்சிக்கிருது. நடக்க முடியாது. நீ சிங்கப்பூரு வாத்தா உனக்கு மூட்டையே மாத்தி ஆப்பரேஷன் பண்ணிப் புடலாம்னு சொன்னான்... இங்க வந்து ஒருநாளு மாத்திரை இல்ல வாங்கிட்டு வாப்பான்னுத்தான் சொன்னேன். வயசான காலத்தில ஏன் ஓயாம சொல்லி என் உயிரை எடுக்கிற... மாத்திரைதான் வாங்குவம்ல'ன்னு எரிஞ்சு விழுகுறான். இவன்தான் எனக்கு ஆப்பரேஷன் பண்ணி பாடை கொலைஞ்சான். இவன்தான் நாளைக்கு நான் முடியாமப் படுத்தேன்னா பாக்கப் போறானா. நல்லாப்பாப்பான். பொண்டாட்டி பேச்சைக் கேட்டுட்டுக் கழுத்தைநெருச்சுக் கொன்னாலும் கொல்லுவான்.

முன்னாடி... அப்பல்லாம் இந்தப்பயலுக்கு கல்யாணம் ஆகல. சிங்கப்பூர்ல இருந்து வருவான். ஆத்தா ஆத்தான்னு உசிரை விடுவான். கண்டதைக் கழியதை வாங்கிக்கிட்டு வருவான். வயசான காலத்தில இதெல்லாம் எதுக்குய்யான்னு கேப்பேன் ... நான் சம்பாதிக்கிறதெல்லாம் உனக்குத்தான்னு சொல்லுவான். அட... மழைக் காலத்தில இருக்க முடியலப்பா... வீடு ஒழுகுது வெயில் காலத்தில கூரையிலிருந்து தேளு ... குஞ்சு குளுவானோட பொத்துப்பொத்துன்னு விழுகுது. அதுனால இந்தக் கூரை வீட்டைப் பிரிச்சு முதல்ல தார்ஸ் போடணும்ப்பான்னு சொன்னேன் ... பேசாம இருந்தா ... மச்சுவீடு கட்டிருவோம்னு சொன்னான். சொன்னதோட சரி... வாயிலதான் கட்டுனான். மூத்தவன் இருக்கானே அவன் ஒரு திருவாலி ... அம்மாஞ்சி அம்மாஞ்சின்னு நினைச்சு அவங்க

அப்பா விட்டுட்டுப்போன புஞ்சையை எழுதிவச்சேன். அது ஒண்ணுதான் கோமணத்துணி அளவுக்கு கெடந்துச்சு ... அதையும் எழுதி வச்சேன். கல்யாணம் முடிஞ்ச அடுத்த வாரமே என்ன மந்திரம் போட்டாளோ ... பொண்டாட்டி முந்தியைப் புடுச்சுகிட்டுப் போயிட்டான். நீயெல்லாம் அப்டிப் போயிராதையா ... பெத்த வயிறு எரிஞ்சா நல்லா இருக்க முடியாது.'

'இல்ல பாட்டி போகமாட்டேன் ... உங்களுக்கு எத்தனை புள்ளைக ...'

'எனக்கு ரெண்டு பயலுக. ரெண்டு பொட்டைப்புள்ளைக. பொட்டைப்புள்ளை ரெண்டும் ... பாவம் அதுகள ஒண்ணும் சொல்ல முடியாது. ஒண்ணு என்னை மாதிரித்தான் கருமாயப்படுதுக ... மூத்தவ ராமலெச்சுமி கொஞ்சம் வசதியா இருக்கா ... அவதான் மெற்றாஸ்ல இருக்கா ... இந்த ரெண்டு பொட்டைப்புள்ளைகளையும் கட்டிக் கரை சேக்க கொஞ்ச நஞ்சக் கஷ்டமா பட்டிருக்கேன். அதெல்லாம் ஒரு சினிமாக் கதையாவே எடுக்கலாம். பணியாரம் சுட்டு வித்து, பருத்திப்பாலு கடை வச்சு ... புளி வாங்கி சந்தையில வித்து ... எல்லாம் அந்த அங்காள ஈஸ்வரிக்குத்தான் தெரியும்.

இங்க இருக்கவன்தான் கடைசி மகன் சொன்னேன்ல. இவனுக்கு ஊரெல்லாம் பொண்ணு தேடுறோம், தேடுறோம் எதுவும் புடிக்கலைன்னு சொல்லிட்டான். சிவகங்கைக்குப் பக்கத்தில சுந்தரநடப்புல ஒரு பொண்ணு பாத்தோம். இவுக அப்பா வழியில சொந்தம். பொண்ணுன்னா அப்டி ஒரு பொண்ணு சிட்டுப்போல.. தலைமுடி தொடைக்குக் கீழ கிடக்கு. என்ன? நம்பள மாதிரி கஷ்டப்படுற வெவசாயக் குடும்பம். காலேஜு கீலேசெல்லாம் படிக்கல. அவ்வளவு மரியாதி. இந்தப் பயலுக்கு அதைக்கட்டியிருந்தா நான் இப்படி சீப்பட்டிருக்க மாட்டேன். அந்தப் பொண்ணு வேணான்னு ஒத்தைக்காலுல்ல நிக்கிறான். ஏன்னா அந்தப்புள்ள கொஞ்சம் புது நிறம். துரைக்கு செவப்பா வேணுமாம். அப்டி தோலைப்பாத்து ஏமாந்துதான் இந்த மினுக்கியைக் கட்டுனான். எனக்குக் கொஞ்சம்கூட விருப்பம் இல்ல. பாத்த அன்னிக்கே எனக்கு மனசு சரியில்ல. அவ சேலைக்கட்டும் அவளும் பாத்த உடனே அல்லையைப் புடிச்சிருச்சு. வயித்துல அப்டி ஒரு வலி. அவளுக்கு மேல அவ ஆத்தா இருக்கா ... நெஞ்சைத் தூக்கிக்கிட்டுக் கோயில்மாடு கணக்கா வர்றா ... ஆம்பளைகளுக்கு சரிக்கு சமமா நாக்காலியில உக்காந்துகிட்டுப் பேசு ... தாயைப்போல புள்ள ... என்ன செய்றது, ஊரெல்லாம் பொண்ணுபாத்து இதுதான் புடிச்சிருக்

குங்கிறான். ஆத்தா அங்காள பரமேஸ்வரி என்புள்ளைய நீதான் காப்பாத்தணும்னு அன்னிக்கு ராத்திரி முச்சூட அழுதுக்கிட்டே இருந்தேன். எங்க வீட்டுக்காரரு சாகும்போது இவனுக்குப் பத்து வயசு. ஒரு கைம்பொண்டாட்டியா இவனைப் படிக்கவச்சு, பாடவச்சு, வயலுக்குக் கூலி வேலைக்குப் போயி வளத்து ஆளாக்க என்ன பாடுபட்டிருப்பேன் தெரியுமா? இன்னிக்கு இவன் பொண்டாட்டி பேச்சுக்கேட்டு என்னை அடிக்க வர்றான். பால்க்னேட்டிக்கா அது என்னது ஒரு படிப்பு...'

'பாலிடெக்னிக்கா?'

'ஆமா ... வாயில வராது. இவனை அந்தப் படிப்புதான் படிக்க வச்சேன். சொந்தத்தில ஒரு ஒத்தாசை கெடையாது. உதவி கெடையாது. நான்தான் படிக்கவச்சேன். இதில கட்டிக் குடுத்த ரெண்டும் ஆடிக்கு அமாவாசைக்குன்னு புள்ளைகளைக் கூட்டிட்டு வந்துரும். அதுகளுக்கு சாப்பாடு, சவரட்னை செய்யணும் ஒரு நல்லது கெட்டது பாக்கணும். இவன் படிக்கிறான். அம்மா கஷ்டப்படுதே... காசுக்கு என்ன செய்யும்னு ஒரு புள்ள நினைக்கல. ஒத்த ஆளாக்கெடந்து போராடுறேன். லட்சுமீன்னு ஒரு பால் மாடு. அதுதான்யா உடம்பெறந்த பொறப்பா இருந்து என்னைக் காப்பாத்துச்சு. பலநாளு என் கஷ்டத்தை அதுகிட்டத்தான் சொல்லி அழுதிருக்கேன்.'

சொல்லும்போதே பாட்டியின் கண்கள் கலங்கி வழிந்தன.

'காலையில மூணு லிட்டர். சாயங்காலம் ரெண்டு லிட்டர் குடுக்கும். சொசைட்டி கடனை ஆறு மாசத்தில அடைச்சேன். கையில நல்லா காசு நின்னுச்சு. அந்த நேரத்திலதான் இவரு பால்க்னேட்டுல இன்ஜினியருக்குப் படிக்கிறாரு காரைக்குடியில.

ஒருநாளு ராத்திரி, சோ...ன்னு மழைபேஞ்சுகிட்டிருக்கு... ஒழுகிற இடத்திலயெல்லாம் பாத்திரத்தை வச்சுட்டு மாட்டை இழுத்து மரத்தடியில கட்டிட்டு கஞ்சியைக் குடிக்கலாமேன்னு உட்கார்றேன். தொப்புத் தொப்புன்னு நனைஞ்சுகிட்டு வந்து நிக்கிறான் புள்ள. என்னய்யான்னு கேக்குறேன். எங்கயோ டூரு போகணும். பரீட்சைக்குப் பணம் கட்டணும். காசு குடுத்தாலே குடுன்னு நிக்கிறான். நான்தான் அனுப்பிச்சேனே அய்யா ... இப்படி நின்ன நெலைக்கு காசுகேட்டா அம்மா எங்கய்யா போவேன்னுதான் சொன்னேன். புள்ள பொலபொலன்னு அழுகுறான். மனசு கேக்குமா ... நானும் அழுதுட்டேன். ஒரு நகை நட்டு இருந்தாலாவது எதாவது பொரட்டலாம். அந்த

மனுஷன் போனபெறகு ஒரு கயறுகூட கழுத்தில இல்ல. என்ன செய்றது. அழுகாதப்பா ஆத்தா இருக்கேன்லன்னு சொன்னேன். ராத்திரிப் பூராம் ஒண்ணுமே ஓடல.. கூரையைப் பாத்துகிட்டே படுத்திருக்கேன். அங்காளஈஸ்வரி எனக்கொரு வழியைக் காட்டு தாயேன்னு அவளைத்தான் கேக்குறேன். வேற யாரைக் கேக்க முடியும். வேண்டிக்கிட்டுப் படுத்துக்கெடக்கேன். அறநூறு ரூபாய்க்கு எங்க போவேன். பத்துவட்டிக்கு வாங்க லாம்னாலும் யாரு குடுப்பா... காலையில பொழுது விடுஞ்சுச்சு. பால்காரரு வந்து நிக்கும்போதுதான் தோணுது. பேசாம லட்சுமியை வித்தா என்ன? லட்சுமி பக்கத்தில நின்னு பாத்தேன். வாயில்லா சீவன். காசுக்கு நம்மள விக்கப்போறான்னு தெரியாம என் கையைக் கையை நக்குது. கண்ணீரு அடக்கமுடியல. வீடுன்னா ஒரு பசுமாடு இருக்கணும்யா... பாசக்கார மாடு. மாடுன்னு சொல்லக்கூடாது என்புள்ள அது... வேற வழியில்ல. இந்தப்புள்ள படிக்க அந்தப் புள்ளையத்தான் வித்தேன். வாங்குன ஆளுவந்து பசுவையும் கன்னையும் இழுத்துட்டு... இழுத்துட்டுத்தான் போனாரு. லட்சுமி போவனாங்குது... அம்மா உன்னை வித்துட்டேம்மா போம்மான்னு கை எடுத்துக் கும்பிடுறேன்... போவனாங்குது... மனுஷருக்குக் கூட அப்படிப் பிரியம் இருக்காதுப்பா. என் புள்ளைகள கட்டிக்குடுத்து மறுவீடு போகையில வாசல்ல நின்னு அழுததோட சரி. ஆனா அந்த வாயில்லாச் சீவன்..என் வயித்துல பொறக்காத புள்ள... தெரு முனை போயி கண்ணுல இருந்து மறையற வரைக்கும் அம்மா... அம்மான்னு கத்திட்டுப் போச்சு...'

பாட்டி கண்ணீர் பெருகி வழிய முந்தானையால் கண்ணைத் துடைத்துக்கொண்டு தேம்பித்தேம்பி அழுதது. கொஞ்சநேரம் எதுவும் பேசவில்லை. கொஞ்சநேரம் கழித்து மூக்கைச் சிந்திக்கொண்டே பேசத்துவங்கியது.

'வீட்டுக்கு வந்த லட்சுமியை வித்துட்டேன். அதுபோனதும் இவன் காசை வாங்கிட்டுப் போயிட்டான். நான் மட்டும் அந்தக் கூரை வீட்டுல லட்சுமி கட்டியிருந்த அந்த மஞ்சனத்தி மரத்தடியில உக்காந்து அழுகுறேன்... அழுகுறேன்... அழுதுகிட்டே இருக்கேன்... புருஷனைப் பறிகொடுத்துட்டு அப்டி ஒரு அழுகை நான் எப்பவுமே அழுகல. அது கட்டியிருந்த கயிறை இன்னும் ஊர்ல வச்சிருக்கேன்... ம்... கயிறத்தான் வச்சிருக்கேன்.'

பாட்டி கொஞ்சநேரம் குனிந்துகொண்டே இருந்தது. ஒரு பெருமூச்சுடன் முந்தியை எடுத்துத் திரும்பவும் மூக்கைத் துடைத்துக்கொண்டது.

‘என்ன பொழப்பு பொழைச்சேன் . . . வங்கொலையாக்கெடந்து புள்ளைகள வளத்து ஆளாக்கினாலும் இன்னும் கஷ்டப்படுன்னு என்தலையில எழுதிருக்கு.’

‘இங்க வந்து எத்தனை நாளு ஆச்சு பாட்டி . . .’

‘அதான் சொன்னேனே மூணுமாசம் ஆச்சு. ஒவ்வொரு நாளும் பொழுதும் போறதுக்குள்ள . . .’

தலைக்குமேலே ஒரு விமானம் பறந்துபோனது.

பாட்டி அண்ணாந்து பார்த்தது

‘இது நம்ம ஊருக்குப்போகுதோ . . .’

‘தெரியல பாட்டி . . .’

‘ஈச பறந்தமாதிரி ஒரு நாளைக்கு எத்தனை பறக்குது? என்னை ஏத்திட்டுப்போக ஒண்ணு வருதா . . .’

உள்ளூருன்னாக்கூட யாருக்கும் தெரியாம பஸ்ஸைப் புடிச்சு ஓடிப்போயிருவான்னு இப்படிக் கண்காணாத தூரத்தில கொண்டாந்து வச்சிட்டானே . . . அய்யா . . . உன்கிட்டதான் கேக்குறேன் . . .’

‘சொல்லுங்க பாட்டி . . .’

‘நல்லா இருப்ப . . . இதுமாதிரி ஒரு ஏரப்பிளான் வண்டியில என்னைய ஏத்தி விட்டுறியா . . .’

‘பாட்டி . . . அதுக்கு பாஸ்போர்ட் விசால்லாம் வேணும் . . .’

‘அப்டீன்னா . . .’

எனக்கு என்ன சொல்வதென்று புரியவில்லை.

‘இது நல்ல ஊர்தான் பாட்டி . . .’

‘நல்ல ஊருதான்யா . . . யாரு இல்லைன்னது . . . மனசுல நிம்மதி இல்லைன்னா . . . எந்த ஊர்ல இருந்து என்ன . . . சொல்லு’

‘வயசான காலத்தில நீங்க பாட்டுக்கு மகன் வீட்டில இருக்க வேண்டியதுதானே . . .’

‘நீ சொல்லுவப்பா . . . இளந்தாரிப்புள்ள . . . உனக்குப் புரியாது . . . என் வயசுல இருக்கும்போதுதான் இது உனக்குப் புரியும். ஒவ்வொரு நாளும் நான் நாளை எண்ணிக்கிட்டு

இருக்கேன். படுத்தா தூக்கமா வருது. தெரியாத ஊர்ல இந்த சீவன் போயி செத்தும் நான் நாறி, நசமந்து போகணுமா சொல்லு... எங்க வீட்டுக்காரர்தான் வயலுக்குப் போயிட்டு வந்து சின்னப்புள்ள குடிக்கறதுக்கு நீச்சத்தண்ணி இருந்தா குடு, கிறுகிறுன்னு வருதுன்னு சொன்னாரு. ரெண்டு உப்புக்கல்லைப்போட்டுக் கலக்கிக் குடுக்கிறேன். ரெண்டு மடக்கு என் கையால வாங்கிக் குடிச்சிட்டுப் படுத்தவர்தான். எந்திரிக்கல... அப்டி ஒரு சாவு யாருக்கு வரும்? ஒம்பாட்டுக்கு மகன் வீட்டில இருன்னு லேசா சொல்ற... வீடுன்னா என்னய்யா சொல்லு... நாலு மனுஷங்க வரணும் போகணும்... இந்த வீட்டில புருஷனும் பொண்டாட்டியும் காலையில ஏழுமணிக்கு எந்திரிக்கிறாங்க. நேத்து சமைச்சது ஐஸ் பொட்டியில இருக்கு. சாப்டுட்டு எட்டு மணிக்கு ஓடுறாங்க. அப்புறம் இந்த வீட்டில நானும் அந்தப் பச்சைப்புள்ளையும் தான் இருக்கோம். ஒரு காக்கா சத்தம் கூட இந்த ஊர்ல இல்லை. குர்ரா குர்ரான்னு நான் மட்டும் உக்காந்திருக்கணும். அந்தப் புள்ளைக்குப் பவுடர் கலந்து குடுக்கணும். ஆறு வயசுவரைக்கும் தாய்ப்பாலு குடுத்தவளே இப்படி ஆள் அண்டாம அனாதையா கெடக்கேனே... இப்படி புட்டிப்பாலு குடுத்து வளந்தா நாளைக்கு அது அப்பன் ஆத்தா மேல எப்பிடிப் பாசமா இருக்கும்?

காலையில ஒருதரம் பாலு கலந்து குடுக்கணும். காலையில படுத்தா மத்தியானம் எந்திரிக்கும். மத்தியானம் படுத்தா சாயங்காலம் எந்திரிக்கும். இப்படி வீட்டுக்குள்ளேயே நாளுப்பூராம் கெடக்கமேன்னு ஒருநாளு புள்ளையைத் தூக்கிட்டு வெளியில வந்தேன். வந்து வெளியில நின்னு ஏரப்பிளேன் போறதையே பாத்துக்கிட்டு அந்தப்புள்ளைக்கு வேடிக்கை காட்டிட்டு நிக்குறேன். அந்தப்புள்ளைய அவரா நினைச்சுப் பேசிக்கிட்டிருக்கேன். நேரம் போனது தெரியல. புள்ள பசி வந்து அழுகுது. வீட்டுக்குப்போகலாம்னு பாத்தா பாதை தெரியல. எல்லா வீடும் ஒரே மாதிரி இருக்கு. அந்த நம்பர் எளவெல்லாம் எனக்கு எப்படித்தெரியும். யாரு வீட்டில கேக்குறது எல்லா வீடும் எப்பவுமே சாத்தியே இருக்கு. எனக்குக் கண்ணையே இருட்டிக்கிட்டு வந்திருச்சு. என்ன செய்றதுன்னு தெரியாம புள்ளைய வச்சுகிட்டு நிக்குறேன். எந்தச்சாமி புண்ணியமோ ஒரு பிள்ள வந்துச்சு. நம்மூர்ல இருந்து வந்து இங்க ஒரு வீட்டில வேலைக்காரியா இருக்கு. அது என் மகன் பேரைக் கேட்டுக்கிட்டு விசாரிச்சு வீட்டில விட்டுட்டுப்போச்சு.

ராத்திரி புருஷனும் பொண்ட்டாடியும் ஓம்பதுமணிக்கு வர்றாங்க. நான் லேசா மகன்கிட்ட நடந்ததைச் சொன்னேன். அவன் என்கிட்ட ஒண்ணுமே சொல்லல. பொண்டாட்டிகிட்ட

சொல்லியிருப்பான்போல. அன்னிக்கு ராத்திரி ரெண்டு பேருக்கும் அப்படி ஒரு சண்டை. அவ போடா வாடா பொட்டைக்கண்ணான்னு வீடே ரெண்டாகிறது மாதிரி கத்துறா. இதில நான் போய் விலக்க முடியுமா ... சண்டையில முடிய விரிச்சுப்போட்டுத் தலைவிரி கோலமா வெளியில வந்தவ,' இங்க பாரு என்புள்ளைய ஒழுங்கா பாக்க முடியும்னா பாரு.. இல்லேன்னா ஓடு ... ஊருக்குக் கிளம்புன்னு கையை நீட்டி நீட்டிப் பேசுறா ... தங்கமா போச்சு தாயி ... காலையில விடிஞ்சதும் மொத வண்டிக்கு என்னை ஏத்தி விடுத்தா நான் போறேன்னு சொன்னேன். இது நடந்து ஒரு மாசமாச்சு. இன்னும் என்னைய அனுப்ப மனசு வரல. அதுக்குப்பெறகு நடந்த கூத்தைக்கேளு. யாருபெத்த புள்ளையோ இதெல்லாம் உன்கிட்ட சொல்லணும்னு இருக்கு.

மறுநாள்ல இருந்து ரெண்டு பேரும் வெளிய போகும் போது என்னையும் பிள்ளையையும் வச்சு வீட்டைப் பூட்டிட்டுப்போக ஆரம்பிச்சுட்டாங்க. ரெண்டுநாளு பொறுத்துப் பார்த்தேன். இந்தப் பூட்டிட்டுப்போற வேலையெல்லாம் வச்சுக்காதன்னு மகன் கிட்ட சொன்னேன். நான் என்ன சமஞ்ச குமரியா ... அந்தக் காலத்துலயே என்கூட பொறந்தது அஞ்சு பொண்ணு நாலு ஆணு. கொமருகளா நாங்க இருந்தப்பவே தண்ணி எடுக்கப் போனா தனியாய்த்தான் போவோம். அந்த மாதிரி வயசுக்காலத்துலேயே எங்கள யாரும் பூட்டிப் போடலை. இன்னிக்கு என்னமோ புதுசா கண்டுபிடிச்சிருக்க ... அப்டி உங்க அம்மாவைப் பூட்டி வைச்சுக் காப்பாத்தணும்னு அவசியம் இல்லைப்பா ... என்னைய முதல்ல ஊருக்கு அனுப்பு ... இல்லேன்னா பச்சைத்தண்ணி பல்லுல படாது. வங்கொலையாக் கெடந்தே செத்துப் போயிருவேன்னு சொல்லி அதுமாதிரி ஒருநாளு சாப்பிடாம கெடந்தேன். பொண்டாட்டிகாரி முனகிக்கிட்டே அதில இருந்து வீட்டைப் பூட்டறதில்ல. ஆனா தெனம் புருஷனுக்கும் பொண்டாட்டிக்கும் ராத்திரி முச்சூட சண்டை நாறுது. அந்தக் கடுப்பை ரெண்டுபேரும் என்கிட்ட காட்டுறாங்க. எது சொன்னாலும் அவன் கையை ஓங்குறான். நான் என்ன வேலைக்காரியா ... இல்ல சோத்துக்கு இல்லாம உன் வீட்டுக்கு வந்தனா ... நான்பாட்டுக்குக் கூழோ கஞ்சியோ காய்ச்சிக் குடிச்சிட்டு என் குடிசையில கெடந்திருப்பேன் ... செவனேன்னு கெடந்தவள நீதான கூப்பிட்ட ... சிங்காரிச்சு மூக்கறுத்த கதையா இது எனக்குத் தேவையா? சிங்கப்பூர்ல ஆத்தாவை வச்சுப் பாக்கிறான்னு ஊருபூராம் பேரு. இங்க என்ன கிழியுதுன்னு எனக்குத்தானே தெரியும் ... நான் இன்னும் எத்தனை நாளு இருக்கப்போறேன். சும்மாவே அடிக்கடி

கண்ணைக் கட்டுது. முன்ன மாதிரி வேலை எதுவும் பாக்க முடியல. நல்லா இருப்ப என்புள்ள மாதிரி சொல்றேன். என்னை எதாச்சும் ஒரு வண்டியில ஏத்தி ஊருக்கு அனுப்புறியா சாமி...'

நான் பாட்டிக்குப் பதில் என்ன சொல்வது என்று தெரியாமல் நகம்கடித்துக்கொண்டிருந்தேன்.

'ஒனக்கு ரொம்பப் புண்ணியமாப்போயிரும். என் மகனும் மருமகளும் புள்ளையத் தூக்கிட்டு பிளசர் கார்ல வெளிய போயிருக்காங்க... வர இருட்டீரும்... வெளியில மரத்தடியில இருங்க, அதுதான் உங்களுக்குப் பிடிக்குமேன்னு மருமக சொல்றா. மகனும் சரின்னு சொல்லிட்டு என்னை இங்க விட்டுட்டு வீட்டைப் பூட்டிட்டுப் போயிருக்காங்க... காலையில போனது. இந்தா மதியச்சாப்பாடு இந்தக் கூடையில இருக்கு. நல்லவேள, பேச்சுத்தொணைக்கு நீ வந்த... நீயும் வரலைன்னா கிழவி என்ன செய்றது? மேல போற ஏரோப்பிளேனை அண்ணாந்து பாத்துகிட்டு சீக்கிரம் என்னைய ஊருக்குக் கூட்டீட்டுப் போயிருன்னு எனக்கு நானே பொலம்பிக்கிட்டு இருப்பேன். நல்ல வேளை அங்காள ஈஸ்வரியாப் பாத்து உன்னை அனுப்பியிருக்கா. எப்படியாவது என்னை அனுப்பிவச்சிரு புண்ணியமாப் போயிரும்...'

'பாட்டி நானே இங்க ஷூட்டிங்காக வந்திருக்கேன்... நீங்களே பாத்தீங்கள்ல இது மதியச்சாப்பாடு நேரம். திரும்ப ரெண்டு மணிக்குப் படம் எடுக்க ஆரம்பிச்சுருவோம்.'

'நீ எந்த ஊரு.'

'மதுரைப்பக்கம். உங்களுக்காக ஒண்ணு செய்றேன் பாட்டி. இன்னும் ரெண்டு நாளைக்கு இந்த எடத்திலதான் எங்களுக்கு ஷூட்டிங். ராத்திரி முழுக்க இருக்கும். நான் வந்து உங்க மகன்கிட்ட பேசுறேன்.'

'வேணாம்யா... ஊரெல்லாம் சொல்லி அசிங்கப் படுத்துறியான்னு அடிக்க வந்திருவான்... உள்ள வென போதாதா...'

'என்ன செய்றது பாட்டி நீங்களே சொல்லுங்க...'

'இப்டியே யாருக்கும் தெரியாம வண்டி ஏத்தி என்னைய ஊருக்கு அனுப்பி விட்டுரு. காசுகூட வச்சிருக்கேன்...' என்று இடுப்புப் பக்கம் சுருட்டிய சேலையிலிருந்த முடிச்சை அவிழ்த்தது. அதில் கசங்கிய ஒரு ஐம்பது ரூபாய் நோட்டு இருந்தது.

‘பாட்டி… காசு இருக்கட்டும். பாஸ்போர்ட் விசால்லாம் வச்சு அனுமதி வாங்கணுமே…’

‘எங்க ஊருக்கு நான் போறதுக்கு யாருகிட்ட உத்தரவு வாங்கணும்? நல்ல கதையா இருக்கே…’

‘இல்ல பாட்டி…’

‘அதெல்லாம் கெழவிக்கு எதுக்கு . . . எப்படியாவது அனுப்பி வை… புண்ணியமாப் போயிரும். செவேங்கைக்குப் போயிட்டா அங்க இருந்து சோழபுரம் ரெண்டு ரூபா… டவுன் பஸ்ஸைப் புடிச்சு கருங்காலக்குடிக்குப் போயிருவேன்…’

தலைக்குமேலே விர்ரென்று விமானம் பறக்கும் சத்தம் கேட்டது.

‘நீ முடியலைன்னா விடு… என்மகள் வந்து கூட்டிட்டுப் போயிடுவா… நீ மெட்ராஸ்தான…’

‘ஆமா பாட்டி…’

‘அப்புறம் என்ன . . . அந்தக் கடுதாசியை எழுதி என்மககிட்ட சேத்துரு…’

‘சேத்துருவோம்… மெட்ராஸ்ல எங்க இருக்காங்க பாட்டி…’

‘எங்கன்னா… மெட்ராஸ்லதான்…’

‘கடுதாசி பாதியில நிக்குது… பாட்டி’

‘எந்த இடத்தில விட்டோம்னு தெரியலையே..கூறும் கெட்டுப்போச்சு’

‘இருங்க கடைசியில எழுதினதை வாசிக்கிறேன். . . இப்படில்லாம் தெரியாத தேசத்தில வந்து சீப்படணும்னு என் தலையில எழுதியிருக்கு…’

‘அப்டிச்சொல்லு . . . வேற என்ன எழுதறது . . . எனக்கு இங்க இருக்கப் பிடிக்கல… இங்க இருந்தா சீக்கிரமே செத்துப் போயிருவேன். அடுத்த வண்டியில உடனே கௌம்பி வந்து என்னையக் கூட்டிட்டுப் போ . . . இல்ல இங்க யாராச்சும் வண்டியில ஏத்தி விட்டாக்கூட தனியா வந்துருவேன்… கழுதை, வழியில செத்தாக்கூட பரவாயில்லை. என்னைய ஊர்ல உங்க அப்பாவைப் புதைச்ச புஞ்சையிலேயே புதைச்சிரு . . . இந்த ஆம்பளப்பயலுகள நம்ப முடியாது… நீதான் கருத்தா இருக்கணும். ஊர்ல இந்த பைரவன் என்ன பண்ணுதோ தெரியல… உன் மக சரசு கேட்டுச்சுன்னு சிவகங்கை சந்தையில ஒரு மல்லிகைப்

பூச்செடி வாங்கியாந்து கிணத்தடியில வச்சேன். வச்ச கையோட இங்க வந்துட்டேன். அதுக்குத் தண்ணி ஊத்த ஓத்தை வீட்டு அழகம்மாகிட்ட சொல்லிட்டு வந்தேன். அதுவும் இருக்கா ... பட்டுபோச்சான்னு தெரியல ... நான் இருக்க நிலைமையில நீயும் வந்து கூட்டிட்டுப் போகலைன்னா ...'

குனிந்து என் கையிலிருக்கும் படப்பிடிப்புக்கான குறிப்புகள் எழுதும் நோட்டில் எழுதிக்கொண்டிருந்த நான் பாட்டி ஏதும் சொல்லாமல் அமைதியாய் இருப்பதைப் பார்த்து நிமிர்ந்து பார்த்தேன்.பாட்டி மௌனமாய் இருந்தது.தலையை அண்ணாந்து மேலே பார்த்துக்கொண்டிருந்தது. வானத்தில் விமானம் ஏதும் இல்லை. கைக்கடிகாரத்தில் மணி பார்த்தேன். மணி 2.10. லஞ்ச் பிரேக் நேரம் முடிந்து ஜெனரேட்டர் ஓடத்துவங்கிய சத்தம் கேட்டது ... எல்லோரும் வாங்க ... வாங்க ...' என்று புரடக்‌ஷன் மேனேஜர் கத்தும் சத்தம் கேட்டது. மரநிழலில் அங்கங்கே படுத்திருந்த லைட்மேன்களும் உதவியாளர்களும் எழுந்து உட்கார்ந்திருந்தார்கள்.

'என்ன செல்வா, பாட்டியை இண்டர்வியூ பண்றீங்களா ... ஒரு கதை எழுதிருவீங்களே ... சினிமாவுக்கு வந்தும் பத்திரிக்கை புத்தி போகலையா ... போங்க ... டைரக்டர் அப்பவே உங்களைக் கேட்டாரு ...'

'போங்க வர்றேன் ...'

'பாட்டி ... வேறே எதுவும் எழுதணுமா ...'

பாட்டி கலங்கிய கண்களுடன் இல்லை என்று தலையாட்டியது.

'கடுதாசிக்குக்கீழ பேரு எழுதனுல பாட்டி ...'

'உங்க அம்மா சின்னப்புள்ள ...'

எழுதினேன்.

'யேய் செல்வா ... அந்த நாப்பத்திரெண்டாவது சீன் பேப்பர் யார்ட்ட இருக்கு ... டைரக்டர் கத்துறாருய்யா ...'

பாட்டி இதை எங்க அனுப்பனும் ... உங்க மக வீடு எந்த எடத்தில இருக்கு.'

'மெட்ராஸ்லதான்.'

'இங்கேயே இருங்க ... எங்கயும் போயிறாதீங்க ... வந்துர்றேன் ...' என்று சொல்லிவிட்டு இயக்குநரைத் தேடி ஓடினேன்.

நாயகனும் நாயகியும் காரில் அமர்ந்து பேசிக்கொண்டே போகிற காட்சி. காரின் பேனட்டில் வேக்கம் பேஸ் பொருத்தி கேமராவை மாட்டிக்கொண்டிருந்தார்கள்.

'எங்கய்யா போய்த் தொலைஞ்ச...'

'சாரி சார் இங்கதான் இருந்தேன்...'

'டயலாக்கைச் சொல்லிக்குடு... யேய் நீ வண்டியை ஸ்டார்ட் பண்ணு. பக்கத்து ரோட்டுக்குப் போயிடலாம்.'

'ஓகே சார்...'

கார் நகர்ந்தது.

'ஸ்டார்ட் கேமரா... ஆக்ஷன்...'

'ஷிவா... உன்னைப்பிரிஞ்சு உலகத்தோட எந்த மூலைக்குப் போனாலும் நான் உன்னை மறக்க மாட்டேன். ஒவ்வொரு நாளும் நிலா வரும்போது நீ வானத்தைப் பாக்கணும். நானும் அப்ப...'

'கட்... கட்... கட்... என்னாச்சும்மா... இன்னும் கொஞ்சம் பீல் பண்ணிப்பேசு.... இது ஸாங் லீட்...'

'ஸாரி சார்...'

'ரெடி மூட்... டயலாக் ஒழுங்கா சொன்னியாய்யா...'

'சொல்லிட்டேன் சார்...'

'ஸ்டார்ட் கேமரா...'

'ஷிவா... உன்னப்பிரிஞ்சு...' வசனம் ஒருபக்கம் போய்க் கொண்டிருந்தாலும் அந்த மதியம் முழுவதும் எனக்குப் பூங்காவில் பார்த்த பாட்டி நினைவாகவே இருந்தது. ஒரு வழியாக தமிழ் தெரியாத நாயகி எட்டாவது டேக்கில் தன் காதலைச்சொல்லி முடித்தாள். காட்சி முடிந்து திரும்பவும் மரத்தடிக்கு வந்தபோது மணி ஐந்தாகி இருந்தது. பழைய இடத்துக்கு வந்ததும் சிமிண்ட் இருக்கையை ஆர்வத்துடன் பார்த்தேன். பாட்டியைக் காணவில்லை.

படப்பிடிப்பு குறிப்பிட்ட நாளில் முடிந்தது. மாலை மூன்றுமணிக்கு சென்னை விமானம். சன்னலோர எனது இருக்கையில் அமர்ந்தேன். தோள்பையில் இன்னும் அந்தக் கடிதம் இருக்கிறது.

கடிதத்தில் இருக்கும் ராமலெட்சுமியை சென்னையில் எங்குபோய்த் தேட? விமானம் ஓடுதளத்திலிருந்து கிளம்பி வானத்தில் நுழைந்தது. காதுகள் அடைக்க சன்னல் வழியே எட்டிப் பார்த்தேன். சிங்கப்பூரின் அடுக்கடுக்கான கட்டடங்கள் புள்ளிகளாகத் தெரியத் துவங்கின. இங்கிருந்து தெரியும் ஆயிரக்கணக்கான கட்டடப்புள்ளிகளில் ஏதோ ஒன்றில் பாட்டி இருக்கிறாள். விமானம் மேகங்களுக்குள் நுழைந்தது.

அங்கிருந்து இருபதாயிரம் அடி கீழே இருந்த சிமெண்ட் இருக்கையில் பாட்டி உட்கார்ந்திருந்தது. மேகங்களின் ஊடாக மறைந்துகொண்டிருக்கும் அதே விமானத்தை தன் அழுக்குக் கண்ணாடி வழியே அண்ணாந்து பார்த்தபடி,

ராமலெட்சுமி, அவங்க அப்பன் பேரு... சொல்ல மாட்டேன்... ஆபத்துக்குப் பாவமில்ல... சொல்றேன்... அவுக பேரு கருப்பணன்... ஊரு வந்து கருங்காலக்குடி. என்பேரு சின்னப்புள்ள... இன்னாரு மகள்னு சொல்லிக்கேளுங்க.. அவ வீட்டுக்காரரு பேரு வேணுமில்ல. ராமலிங்கம்...'

உயிர் எழுத்து, டிசம்பர் 2010

8

தோழி

சமீபகாலமாக சுகுமாரனுக்கு ஒரு வினோதமான ஆசை. கல்யாணமாகி இரண்டு குழந்தைகள் ஆன பிறகு, இந்த ஆசை தோன்றுவது சரியா என்று அவர் மனச்சாட்சியால் கணிக்க முடியவில்லை. புதிரைத் தீர்ப்பதற்கு வினோத்தால் முடியும்.

வினோத்குமார். வயது இருபத்தெட்டு இருக்கும். அலுவலகத்தில் இளையவன். இன்னும் திருமணம் ஆகவில்லை. சென்னைக்காரன். அவனிடம் இரண்டு செல்போன்கள் இருக்கும். ஒருவருக்கு எதற்கு இரண்டு செல்போன்கள்? ஒன்று உண்மை பேசவும், இன்னொன்று பொய் பேசவும் இருக்குமோ?

"சிம்பிள் சார். ஒண்ணு பசங்களுக்கு. இன்னொண்ணு பெண்களுக்கு" என்று சிரித்தான். வினோத்துக்கு நிறையத் தோழிகள். வயதில் சிறியவன் என்றாலும் இந்த விஷயத்தில் அவன்தான் மூத்தவன்.

ஒருநாள் தேநீர் இடைவேளையில், "வினோத் உங்கிட்ட ஒண்ணு கேட்கணும்" என்று தயங்கித் தயங்கிக் கேட்டேவிட்டார். "அது வந்து வினோத், இப்போ ஒரு கேர்ள் ஃப்ரெண்ட் கிடைக்கணும்னா என்ன செய்யணும்?"

"யாருக்கு சார்?"

"எனக்குத்தான்னு வெச்சுக்கயேன்" – என்றவரை, சிகரெட் புகையைக் கீழ்நோக்கி

ஊதிவிட்டு வினோத் பார்த்தான். "சார்... வேற ஏதோ சொல்லப் போறீங்கன்னு நெனச்சேன். இது ஒரு மேட்டரா?"

சுகுமாரனுக்கு ஏன்டா இதைச் சொன்னோம் என்றிருந்தது. சமீப காலமாகத் தனக்கு வயதாகி வருகிறதோ என்ற உணர்வுகூட இந்த ஆசையின் காரணமாக இருக்கலாம். நாற்பது வயதுதான் ஆகிறது. என்றாலும், அதற்குள் எல்லாம் சலித்துவிட்டது. அதே அலுவலகம், அதே வேலை, அதே வீடு, அதே குடும்பம். படிக்கிற காலத்திலும் நல்லபிள்ளையாக இருந்துவிட்டார். நினைத்துப் பார்க்கிற மாதிரி காதல் அனுபவம் ஏதும் இல்லை. கல்யாணம் ஆகி ஏழு வருஷம் ஆகிவிட்டது. இதற்கு என்னதான் தீர்வு? ஒரு பெண்ணின் சிநேகிதம் இருந்தால் எப்படியிருக்கும்?

சுகுமாரனுக்கு இருக்கும் ஒரே பொழுதுபோக்கு, வினோத்துக்கு வரும் தோழிகளின் குறுஞ்செய்திகளைப் படிப்பதுதான். உலகத்தில் இது மாதிரி எல்லாம் குறுஞ்செய்தி தயாரிக்க முடியுமா என்று ஆச்சரியப்படும் அளவுக்கு அன்பை, காதலை, நட்பைச் சொல்லும் செய்திகள். விதவிதமான ஜோக்குகள். தன் மனைவிக்கு உள்ளாடை வாங்கப்போகிற கணவன், படுக்கை அறையில் இருந்த ஹெல்மெட், மற்றும் ராமசாமி செத்துட்டானா முதலிய ஜோக்குகள் அவர் வாய்விட்டுச் சிரித்தவை. இதுபோல ஒரு பெண் தனக்கும் குறுஞ்செய்தி அனுப்புவதாக இருந்தால் தன் சம்பளத்தில் பாதியைக்கூட இழக்க அவர் தயாராக இருந்தார்.

நேற்று செல்போனில் சுவாரஸ்யமாகப் பேசிக்கொண்டு இருந்தான் வினோத். யார் என்று இவர் சைகையில் கேட்டார். அவன் கண்ணடித்தபடி, ஸ்பீக்கர் வசதியைப் பயன்படுத்த, எதிர்முனையில் அழகான பெண் குரல். 'போடா வாடா' சிணுங்கல்கள். திருமணத்துக்கு இரண்டு மாதங்கள்தான் இருக்கிறதாம். அதுகுறித்த உபாயங்களைக் கேட்கிறாள். கல்யாணம் ஆகி ஏழு வருடம் ஆன அவருக்கே அதைக் கேட்கப் படபடப்பாக இருந்தது.

நாற்பது வருஷம் வெட்கப்பட்டது போதும். தைரியமாகக் கேள் என்றது அவரது மனச்சாட்சி. "வினோத் எனக்கொரு உதவி செய்ய முடியுமா?"

"சொல்லுங்க சார்."

"இத்தனை கேர்ள் ஃப்ரெண்ட்ஸ் இருக்காங்கள்ல. எனக்கு ஒண்ணு அறிமுகம் செய்யறது?"

“அங்கிள். உங்களுக்குக் கல்யாணம் ஆயிடுச்சு.”

“ஸோ வாட். கல்யாணமானா ஃப்ரெண்ட்ஸ் இருக்கக் கூடாதா? எனக்கு அவளைப் பார்க்கக்கூட வேணாம். குறுஞ்செய்தி அனுப்பினாப் போதும். எப்பவாவது பேசினாப் போதும்.”

“இப்பிடித்தான் சார் எல்லாம் ஆரம்பிக்கும்.”

“பொண்டாட்டி மாதிரி கேள்வியா கேட்காத. முடிஞ்சா செய். இல்லேன்னா விட்ரு.”

“சார்! அவங்க எல்லாருமே என் காலேஜ் ஃப்ரெண்ட்ஸ். கொஞ்ச பேர் ஒர்க்கிங் வுமன்.”

“கல்யாணம் ஆனவங்களா?”

“ம் பாதிக்கு மேல” என்று சொல்லிக்கொண்டே தனது இரண்டாவது செல்போனை இயக்கினான்.

“ரிங் போகுது சார். இவ பேரு ராஜம்” வேண்டாம் என்பது போலச் சுகுமாரன் சைகை செய்ய, வினோத் அவரை ஆச்சரியமாகப் பார்த்தான். “பேரைக் கேட்டாலே எம்.என். ராஜம்தான் ஞாபகம் வருது. கொஞ்சம் டீசன்ட்டா” என்று அவர் சொல்லி முடிப்பதற்குள் வினோத் சிரிக்கத் துவங்கினான்.

“சார்! நீங்கதான் பார்க்கப்போறதில்லைல. அப்புறம் என்ன?”

“அதுக்காக மனசுல நெனைக்கும்போது ஒரு . . .”

“கவிதையா எழுதப்போறீங்க” – சிரித்த வினோத், “ஆறுமுகம்” என்றான். சுகுமாரன் முகம் சுருங்க, “அப்போ ஷியா? டென்னிஸ் பிளேயர்!” என்றான். சுகுமாரன் முகம் வெட்கத்தில் மலர்ந்தது.

“ஷியாதான் அந்த ஆறுமுகம்.”

சுகுமாரன் குழம்பினார்.

“சும்மா சேஃப்டிக்கு நிக் நேம் சார்.”

வினோத் அடக்க முடியாமல் சிரித்தான்.

“சார்! அவங்க எல்லாருமே நல்ல ஃப்ரெண்ட்ஸ். தப்பா நினைச்சிடாதீங்க. அந்த ஷியா இருக்காளே ஆறுமுகம். பெரிய பணக்காரி. குண்டம்மா. அந்தத் தேங்காய் ஜோக் அவ அனுப்பினது தான்.”

“குண்டம்மால்லாம் இல்லாம. கொஞ்சம் ஸ்லிம்மா குடும்பத்துப் பெண்ணா...”

“இதெல்லாம் ஓவர் சார். வீட்டுக்குப் போன் பண்ணி போட்டுக்கொடுக்கவா”

“அய்யோ! வேணாம்ப்பா.”

“அந்தப் பயம் இருக்கட்டும்.”

அந்திமயங்கும் வேளையில் கீதா உபதேசம் செய்வது மாதிரி பெண்களைப் பற்றிய நுட்பங்களைப் பேசத் துவங்கினான். ஆர்வம் அளவுக்கதிகமாக இருந்தாலும் அதை வெளிக்காட்டிக்கொள்ளாமல் சுகுமாரன் கேட்டுக்கொண்டு இருந்தார்.

“இது சாதாரண விஷயம். முதல்ல நீங்க ஒண்ணு செய்யணும்.”

“இன்னொரு செல்போன்தானே. வாங்கிடுவோம்.”

வினோத் சிரிப்பை அடக்கிக்கொண்டான்.

“சார்! இந்த ஜெனரேஷன்ல இது சாதாரணம். அதுவும் சிட்டியில இது நத்திங். நெட்ல *e - pal site* ஜாஸ்தி. யாருகிட்ட யாவது மனம்விட்டுப் பேசணும் பழகணும்னு தோணுது. அன்பா ரெண்டு வார்த்தை பேசணும். அவ்வளவுதான். அதில் தப்பானவங்க சிலர் இருக்கலாம். அதுக்காக எல்லோரையும் தப்புச் சொல்ல முடியாது. *Chating*–ல கலந்துக்கற மாதிரி யாருக்காவது *hai* சொல்லிப் பார்ப்போம். க்ளிக் ஆச்சுன்னா தொடரலாம். இல்லேன்னா *bye* சொல்லிடலாம். நான் ஷியாகிட்ட பேசுறேன்.”

ஒருவழியாய் தனக்கு ஒரு பெண்தோழி கிடைத்து விடுவாள் என்ற நம்பிக்கை சுகுமாரனுக்கு வந்தது. வினோத் கிளம்பும்போது, “நாளைக்குப் பார்க்கலாம் சார். ஒரு நம்பரோ” என்றான்.

“ஒரு நம்பர்தானா”

வினோத் முறைப்பது மாதிரி சிரித்தான்.

வீடு திரும்பும்போது மணி பத்தாகிவிட்டது. மணி அடித்ததும் கவிதா வந்து கதவைத் திறந்தாள். மார்ச் மாதம் என்பதால் அவள் பணிபுரியும் நிறுவனத்தின் கணக்குகளை ஹாலில் உட்கார்ந்து எழுதிக்கொண்டு இருந்தாள்.

குழந்தைகள் இருவரும் தூங்கிவிட்டிருந்தார்கள். அவருக்கான சப்பாத்திகள் மூடிவைக்கப்பட்டு இருந்தன.

காலையில் பத்துமணிக்கு முன்பாகவே சுகுமாரன் அலுவலகம் வந்துவிட்டார். அவருக்குப் பரபரப்பாக இருந்தது. வினோத் தாமதமாகவே வந்தான்.

“சார் . . . எப்ப பார்ட்டி கொடுக்கப் போறீங்க” என்று வினோத் கேட்டான். “நம்பர் தர்றேன். ஆனா, சில கண்டிஷன்ஸ். ஒரு வாரத்துக்கு நீங்க பேச வேணாம். குறுஞ்செய்தி மட்டும் அனுப்புங்க.”

“சரி! நம்பரைச் சொல்லு.”

“வினோ, ஒரு நிமிஷம். அவங்ககிட்ட என்னைப் பத்தி . . .”

“ஒண்ணும் சொல்லல. நல்லவர், வல்லவர்னு சொல்லியிருக்கேன். முக்கியமா உங்க வயசைச் சொல்லல” என்று சிரித்தான்.

சுகுமாரனுக்கு ஏன்டா கேட்டோம் என்றிருந்தது. இதெல்லாம் சகஜம் என்று அவர் மனச்சாட்சி சொன்னது. அந்த எண்ணுடன் தன் அறைக்கு வந்தார். பதற்றமாக இருந்தது. இதில் ஏதும் தான் அசிங்கப்பட்டுவிடக் கூடாது என்று இஷ்ட தெய்வத்தை வேண்டிக்கொண்டு குறுஞ்செய்தி அனுப்புவதற்காக எழுத்துகளை அழுத்தினார்.

“ஹாய் என் பெயர்” தன் பெயரில் ஓர் இளம்பெண்ணிடம் சொல்வதற்கான வசீகரம் இல்லையோ என்று ஒரு தயக்கம் வந்தது. மேலும் சுகுமாரன் என்னும் பெயரிலேயே வயசும் தெரிந்தது. பெயரை மாத்துடா சுகுமாரா. “ஹாய்! ஐயாம் கார்த்திக்” என்று சொல்லிப் பார்த்துக்கொண்டார். அவருக்கே கூச்சமாக இருந்தது. “ஹாய்! என் பெயர் மகேஷ்”– இது கொஞ்சம் பரவாயில்லை. அனுப்புவதற்கான பொத்தானை அழுத்தினார். பதிலுக்குக் காத்திருந்தார். கொஞ்ச நேரத்தில் செல்போன் அதிர மெல்லிய இசையுடன் *1 message received* என்ற எழுத்துகள் ஒளிர்ந்தன. பரவசத்துடன் எடுத்துப் பார்த்தார். “நான் ஸ்வேதா.”

ஒருவிதமான வெற்றிப் பெருமிதமும் மகிழ்ச்சியும் கூடி வந்ததுபோல் இருந்தது. சுகுமாரனுக்கு இது புது அனுபவமாக இருந்தது. ஸ்வேதா எனும் பெயரே அவருக்குப் போதுமானதாக இருந்தது. அடுத்த குறுஞ்செய்தி அனுப்பும் முன் தன்னை யாரும் மறைந்திருந்து கவனிக்கிறார்களா என்று சுற்றிலும் பார்த்துக் கொண்டார்.

"நலமா?"

பதில் பதினேழாவது நொடியே வந்தது.

"நலம்!"

"நீங்க எப்பிடி இருப்பீங்க?"

"ஓ.கே-ன்னு ஃப்ரெண்ட்ஸ் சொல்வாங்க."

"கண்ணாடி பார்க்க மாட்டீங்களோ?"

"கண்ணாடி நான் அழகுன்னு சொல்லுது."

"கண்ணாடி சொல்றதை நம்பாதீங்க."

"ஏன், நீங்களும் கண்ணாடி பாப்பீங்களா?"

சுகுமாரனுக்குச் சிரிப்பு வந்தது. "நல்லா ஜோக் அடிக்கிறீங்க."

"ஹா. ஹா. ஹா." உடன் சிரிக்கும் பொம்மையின் தலை.

"சரி, நேர்ல பாக்கும்போது சொல்றேன் அழகா. பேரழகான்னு?"

"நேர்ல பாக்க முடியாது மிஸ்டர்!"

"ஏன்?"

"நான் நார்நியா சிங்கம்!"

சுகுமாரனுக்குத் திடீரென ஒரு சந்தேகம் வந்தது. ஒருவேளை யாராவது தெரிந்த நண்பனின் எண்ணைக் கொடுத்து, வினோத் கேலி செய்கிறானோ? அப்படி ஏதாவது மாட்டிக்கொண்டால் அசிங்கமாகப் போய்விடுமே என்று யோசித்தார். செல்போனை மேசையில் வைத்துவிட்டார். அவருக்குக் குழப்பமாக இருந்தது. செல்போன் சிணுங்கியது.

1 message received

"சார் ரொம்பப் பிஸியோ?"

"இல்ல. நீங்க பையனா இருந்தா, என்ன பேர் வெச்சிருப்பாங்கன்னு யோசிச்சேன்!"

"ரொம்ப யோசிப்பீங்களோ?"

சுகுமாரனுக்குக் குழப்பமாக இருந்தது. பெண் என்று நம்புவோம். அசிங்கம் வந்தால், படவேண்டியதுதான். வருவது வரட்டும்.

"முன்னாடி கவிதையெல்லாம்கூட எழுதியிருக்கேன்!"

"அப்படியா. எனக்குக் கவிதைன்னா ரொம்பப் பிடிக்கும். ஆனா . . ."

"ஆனா?"

"கவிதை எழுதுறவங்களைப் பிடிக்காது!"

"அப்ப என்னைப் பிடிக்காதா?"

"ம்."

"சரி, நாம பிரிஞ்சுடலாம்!"

"சரி!" உடன், அழும் பொம்மையின் தலை.

கொஞ்ச நேரம் எந்தப் பதிலும் இல்லை. சுகுமாரன் இந்தக் கவிதை மேட்டரைச் சொல்லியிருக்க வேண்டாமோ என்று யோசித்துக்கொண்டு இருந்தார். செல்போன் திரை ஒளிர்ந்தது.

'??????????????'

"நீதானே பிரியலாம்னு சொன்னே?" சுகுமாரன் தன் கோபத்தைக் காட்டினார்.

"அதான் அஞ்சு நிமிஷம் பிரிஞ்சாச்சே! ஹா ஹா..!"

"நீ சிரிக்கும்போது அழகா இருக்கே!"

"எப்படித் தெரியும்?"

"அழகான பொண்ணு சிரிச்சா அழகாத்தானே இருக்கும்!"

"ஜொள்ளு! ஆனா, நீங்க நிஜமாவே அழகு!"

"ம். எப்படித் தெரியும்..?"

"நான் பாத்திருக்கேன்!"

சுகுமாரனுக்குத் திரும்பவும் சந்தேகம் வந்தது.

"எங்கே, எப்போ பாத்தீங்க?"

"அனிமல் பிளானெட்ல!"

சுகுமாரனுக்கு ஆறுதலாக இருந்தது. பெருமூச்சுவிட்டார்.

"உன்ன நேர்ல பாத்தா கடிச்சுடுவேன்!"

"திஸ் இஸ் டூ மச்!"

"அனிமல் பின்ன கடிக்காதா?"

"உனக்குக் கல்யாணம் ஆயிடுச்சாப்பா?"

செழியன்

"இல்லப்பா, நல்ல பொண்ணு இருந்தா சொல்றியா?"

"ம் எப்படி வேணும்?"

"நான் ரொம்ப வித்தியாசமான சிந்தனை உள்ளவன். நோ சாதி. நோ மதம். விடோவா இருந்தாக்கூடப் பரவாயில்லை."

"வெரி குட்! எனக்குத் தெரிஞ்ச ஒரு விடோ இருக்காங்க, கட்டிக்கிறியா?"

"யாரு?"

"எங்க பாட்டி!"

சுகுமாரன் வாய்விட்டுச் சிரித்துவிட்டார்.

ஒரு புதிய உலகம் திறந்ததுபோல் இருந்தது அவருக்கு. தினமும் ஸ்வேதா காலை வணக்கம் சொல்லும் குறுஞ்செய்தி வந்த பிறகே, அவரது நாள் துவங்கியது. கவிதையைப் போன்ற அவளது செய்திகளால், அவருக்குப் புது உற்சாகம் வந்தது. கல்லூரி நாட்கள்போல மனதுக்குள் புது உற்சாகம். கோபம் என்றால், செய்தி இல்லாத வெற்றுப் பக்கத்தை அனுப்பினாள் ஸ்வேதா. மகிழ்ச்சி என்றால், குதிக்கும் சிறிய நாய்க் குட்டிகள்! வெளியே போகும்போது குறுஞ்செய்தி வந்தால், நடு ரோட்டில் பைத்தியம்போல நின்று எழுத்துகளை அழுத்திக்கொண்டு இருந்தார் சுகுமாரன்.

"மருத்துவருக்கும் கால்நடை மருத்துவருக்கும் என்ன வித்தியாசம்? எனக்கு வைத்தியம் செய்பவர் மருத்துவர். உனக்கு வைத்தியம் செய்பவர் கால்நடை மருத்துவர்!"

"கால்நடைகளில் நான் என்ன வகை சார்?"

"செல்லப் பூனைக் குட்டி."

"நமக்கு இடையே உள்ள உறவு எந்த வகையைச் சார்ந்தது? கீழே உள்ள பழங்களில் எதையாவது ஒன்றைத் தேர்ந்தெடுத்து அனுப்பு.

1. மாம்பழம் 2. ஸ்ட்ராபெர்ரி

3. ஆப்பிள் 4. திராட்சை."

சுகுமாரன் 2 என்ற எண்ணை மட்டும் பதிலாக அனுப்பினார்.

உடனே பதில் வந்தது... "1. நட்பு 2. காதல் 3. எதிரி 4. பொழுதுபோக்கு."

ஹார்மோனியம்

பதிலைப் பார்த்ததும், அவர் உறைந்துபோனார். ஒரு மணி நேரத்துக்கு அவரால் ஒன்றும் செய்ய முடியவில்லை. அதற்குப் பிறகு, ஸ்வேதாவிடமிருந்தும் பதில் இல்லை. அவளைப் பார்க்க வேண்டும்போல இருந்தது. ஆபீஸ் நேரம் முடிந்ததும் ஆறுமணிக்குமேல் குறுஞ்செய்தி வருவதில்லை. இனி, நாளை காலை பத்துமணிவரைக்கும் காத்திருக்க வேண்டும். ஆறு மணிக்கெல்லாம் குட்நைட் சொல்லிப் பிரிகிற நட்பு எங்காவது இருக்குமா? துரதிர்ஷ்டம்!

மனம் முழுக்க ஸ்வேதா. ஸ்வேதா. ஸ்வேதா. வீட்டில் ஏதாவது தூக்கத்தில் உளறி மாட்டிக்கொள்வோமோ என்று பயமாக இருந்தது. பத்தரை மணிக்குத்தான் வீட்டுக்குப் போனார். தூக்கத்துடன் கவிதா வந்து கதவைத் திறந்தாள். குழந்தைகள் தூங்கிக்கொண்டு இருந்தார்கள்.

"நீ சாப்ட்டியா?"

"ம்!"

இன்றைய உரையாடல் அவ்வளவுதான். ஒரு பருவத்துக்கு மேல், மனைவியிடம் பேசுவதற்கான வார்த்தைகளே இல்லாமல் போய்விடுகின்றன. கவிதா போய்ப் படுத்துக் கொண்டாள். மூடிவைக்கப்பட்டு இருந்த இளஞ்சூடான தோசைகளைச் சாப்பிடப் பிடிக்காமல் உட்கார்ந்திருந்தார். ஸ்வேதா என்னும் ஸ்ட்ராபெர்ரி மனதுக்குள் இனித்துக்கொண்டு இருந்தது.

காலையில் குளித்துத் தயாராகும்போது, அவருக்கான லஞ்ச் பாக்ஸ், கம்ப்யூட்டர் மேசையின் அருகே இருந்தது. காலை உணவுக்கு நேரமில்லை. ஒன்பதுமணிக்கு மீட்டிங். குழந்தைகள் ஆட்டோவுக்காக வாசலில் நின்றிருந்தார்கள். அவசர அவசரமாகக் குழந்தைகளிடமும் கவிதாவிடமும் சொல்லிக்கொண்டு கிளம்பினார்.

எப்போது பத்துமணியாகும் என்றிருந்தது. மீட்டிங் முடிந்ததும், வேகமாகத் தன் அறைக்கு வந்து மேசைக்குள் இருந்த செல்போனை எடுத்துப் பார்த்தார். 'உனக்கு நிறைய வேலைகள் இருக்கலாம். என்னைவிடவும் மேலான உறவுகள் இருக்கலாம். ஆனாலும், இதைப் படிக்கும் சில நொடிகளில், என்னை நீ நினைக்கிறாய். அது போதும் நண்பனே!'

மனசு மலர்ந்ததுபோல் இருந்தது. காலை வணக்கச் செய்திகள் அனுப்பினார். இரண்டுமுறை காலை வணக்கம் சொல்வதற்கும், ஐந்து முறை குட்நைட் சொல்வதற்கும் காரணம் என்ன? இந்த அன்பு எத்தனை அற்புதமாக இருக்கிறது!

செழியன்

ஒரு வாரம் போனதே தெரியவில்லை. ஒவ்வொரு குறுஞ்செய்தியும் கவிதை. சுகுமாரன் இந்த ஒரு வாரத்தில் தன்னிடம் நிறைய மாற்றங்களை உணர்ந்தார்.

இந்த வாரத்துடன் குறுஞ்செய்தி அனுப்புவதை நிறுத்த வேண்டும், தினம் பேச வேண்டும் என்று யோசித்து வைத்திருந்தார். அதற்கு வசதியாக, ஸ்வேதாவிடமிருந்து ஒரு செய்தி வந்தது.

'அன்பைச் சொல்வதால் பிரிகிறார்கள் சிலர். சொன்னால் பிரிந்துவிடுவோம் என்று தயங்கி, சொல்லாமலேயே பிரிந்துவிடுகிறார்கள் பலர். காலை வணக்கம்!"

சுகுமாரன் தான் சொல்ல நினைத்ததைச் சொல்வதற்கு இதுதான் தருணம் என்று நினைத்தார். தீவிரமாக யோசித்தார். பதற்றத்துடன், 'நான் உன்னை நேசிக்கிறேன்' என்று டைப் செய்தார். அனுப்பலாமா என்று வெகுநேரம் யோசித்தார். வருவது வரட்டும். கண்களை மூடிக்கொண்டு *ok* பொத்தானை அழுத்தினார். ஒளிரும் செல்போன் திரையில் ஒரு கடிதம் உள்நோக்கிப் பறந்து புள்ளியாகி மறைந்தது. *Message sent.*

இரண்டு நிமிடங்கள், செல்போனின் திரையையே பார்த்திருந்தார். பதில் வரவில்லை. அவசரப்பட்டுவிட்டோமோ என்று தோன்றியது. பதற்றமாக இருந்தது. அவ்வளவுதான். ஃப்ரெண்ட்ஷிப் கட்! என்ன செய்யலாம் என்று நகம் கடித்த நிமிடத்தில், மெல்லிய இசையுடன் திரை ஒளிர்ந்தது. *text message from swetha.* அவசரமாக அதைப் பார்த்தார். *I hate you* என்றிருந்தது. அதிர்ச்சியில் ஒரு கணம் உறைந்தார். பெருமூச்சு விட்டார். 'அவசரப்பட்டுட்டியேடா சுகுமாரா' என மனச்சாட்சி உறுத்தியது.

கூர்ந்துபார்த்தபோது, அடுத்த பக்கங்களில் அதன் தொடர்ச்சியான செய்தி இருப்பது தெரிந்தது. ஆர்வமாகப் பார்த்தார். *h-a-t-e* என்பதன் ஒவ்வொரு எழுத்துக்கும், 'நீ தேனைப் போல எப்போதும் நினைக்க இனிமையானவன்' என்ற விளக்கம் இருந்தது. சுகுமாரன், தான் பறப்பதாக உணர்ந்தார்.

'உன்னைப் போல இனிமையான இதயத்துக்கு எழுத்தால் ஆன செய்தி எதற்கு? (ஒரு பூனைக் குட்டி உதடு குவித்து முத்தம் தரும் வரைபடத்துடன்) இனிய முத்தங்கள்!'

இதுதான் மனம் கனியும் தருணம் என்று உணர்ந்த சுகுமாரன், தொடர்ந்து அடுத்த செய்தியை அனுப்பினார். "டியர் ஸ்வேதா, உன்னைப் பார்க்க வேண்டும்!"

"எப்போது?"

"இன்று. இப்போது."

"... ... ..." மௌனம் சொல்லும் வெற்றுப் பக்கம்.

"ஞாயிற்றுக்கிழமை மாலை ஆறு மணி!"

ஞாயிற்றுக்கிழமை, ஸ்டெர்லிங் சாலையில் இருக்கும் பிரபலமான வணிக வளாகத்தில் உள்ள பூங்கொத்துகள் விற்கும் கடையருகே சந்திப்பதென்று முடிவானது.

"ஞாயிற்றுக்கிழமை என்னை நேர்ல பாத்ததும், திங்கள்கிழமை மறந்துடுவே!"

"சே! நான் என்ன அவ்வளவு மோசமானவனா. செவ்வாய்க்கிழமைதான் மறப்பேன்! சரி, நான் உன்னை எப்படிக் கண்டுபிடிக்கிறது?"

"நீல நிறத்தில் சுடிதார், அரக்கு நிறத்தில் ஹேண்ட் பேக். சரி, நான் உன்னை எப்படிக் கண்டுபிடிக்கிறது?"

"நீதான் பாத்திருக்கியே!"

"எப்பம்மா?"

"அனிமல் ப்ளானெட்ல!"

"ஆமா. மறந்துட்டேன்!"

"சரி. உன் கவிதை ஒண்ணு அனுப்பேன்!"

"நாம் பார்க்காத ஒவ்வொரு நாளும் ஒரு நட்சத்திரம் உதிர்கிறது. எல்லா நட்சத்திரங்களும் உதிர்வதற்குள் என்னைச் சந்திக்க வருவாயா..?"

"ஐ லவ் யூ டியர்..."

"ஹேட் யூ..."

ஞாயிற்றுக்கிழமை மாலை நேரே வடபழனியில் இறங்கி, ஆட்டோ பிடித்து அந்த வணிக வளாகம் நோக்கிப் போனார் சுகுமாரன். இருபது வயது குறைந்தது போல் இருந்தது. 'பனி விழும் மலர்வனம், உன் பார்வை ஒரு வரம்' என்று பாடிக்கொண்டே, மூன்று மாடிகள் கொண்ட அந்த வணிக வளாகத்தின் கீழ்த் தளத்தில் நுழைந்தார். அவர்கள் பேசிவைத்திருந்த இடத்தில் பார்த்தார். யாரும் இல்லை. வார இறுதி நாளில் ஷாப்பிங் வருபவர் கூட்டம் மெல்லச் சேர்ந்துகொண்டு இருந்தது.

வழியில் யாராவது நீலம் அணிந்த பெண் வந்தால், அவருக்குப் பதற்றமாக இருந்தது.

ஆறுமணிக்கு இன்னும் பத்து நிமிடங்கள் இருந்தன. நன்றாக இருட்டிவிட்டது. 'நீ சொன்னது போல நட்சத்திரங்கள் இல்லாத ஒரு நாளில் உன்னைச் சந்திக்கிறேன் ஸ்வேதா.' மேல் தளத்தில் உள்ள செல்போன் கடை ஒன்றில் நுழைந்து சும்மா வேடிக்கை பார்த்தார். பார்ப்பது எல்லாமே நீல நிறத்தில் தெரிந்தன. நீலத்தில்தான் எத்தனை சாயைகள்!

மணி 6.09. கடையிலிருந்து வேகமாக வெளியில் வந்து, தான் நிற்கும் மேல் தளத்திலிருந்து கீழே பார்த்தார். பூங்கொத்துக் கடையின் அருகில் ஒரு குண்டான பெண் நின்றிருந்தாள். ஸ்வேதாவோ?

ஒரு நிமிடம். சுகுமாருக்கு மயக்கமே வந்துவிடும் போலிருந்தது. சட்டென மறைந்துகொண்டு, திரும்பவும் பார்த்தார். அது அவர் மனைவி கவிதா!

உடலில் ஒரு நடுக்கம் பரவியது. கண்கள் இருட்டிக் கொண்டு வந்தன. இதயம் வெடிப்பது போல் துடித்தது. வியர்த்து வழிந்தது. எதையும் நிதானிக்க முடியவில்லை. பின் வழியே அவசரமாக அங்கிருந்து வெளியேறினார்.

பேண்ட் பாக்கெட்டிலிருந்த அவரது இரண்டாவது செல்போன் தொடர்ந்து அதிர்ந்துகொண்டே இருந்தது. வருகிற ஆட்டோவை மறித்து ஏறி, அதன் திசையிலேயே போகச் சொன்னார். பதற்றம் அடங்கவே இல்லை. தி.நகரின் நெரிசலான கூட்டத்தில் இறங்கி நடந்தார். நகரத்தின் விதவிதமான சத்தங்கள், உடம்பு அவர் அறியாமல் அடிக்கடி நடுங்கியது. புழுக்கத்தில் உடல் எரிந்தது. எவ்வளவு நேரம் நடந்தார் என்பது தெரிய வில்லை. மணி பத்து இருக்கலாம். மனசு இன்னும் ஆறவில்லை. சோடியம் விளக்கின் வெளிச்சத்தில் தனது செல்போனை எடுத்துப் பார்த்தார். 19 மிஸ்டு கால்கள். எங்கிருக்கிறாய் எனக் கேட்கும் ஏழு செய்திகள். எங்குப் போக முடியும்? ஓர் ஆட்டோ பிடித்தார். தன் வீடு இருக்கும் தெருவின் பெயர் சொன்னார்.

அழைப்பு மணியை அடித்ததும் மூத்தவன் வந்து திறந்தான். ஹாலில் விளக்குகள் அணைக்கப்பட்டு இருந்தன. கம்ப்யூட்டரின் வெளிச்சம் அறை முழுக்கப் பரவ, கடலாழத்தில் ஓடும் நிமோவைத் துரத்தும் மீன்களுடன் வீடியோ கேம் ஆடிக் கொண்டு இருந்தான். அம்மாவுக்குத் தலை வலித்ததால் அவள் எட்டுமணிக்கே தூங்கிவிட்டதாகச் சொன்னான்.

ஹார்மோனியம்

சுகுமாரன் ஹாலிலேயே தளர்ந்து அமர்ந்தார். 'ஏன்? ஏன்?' என்ற கேள்விகள் துளைத்து எடுத்தன.

மெள்ள எழுந்து உள்ளறைக்கு வந்தார். அறை முழுக்கத் தலைவலி மருந்தின் வாசனை. சுழலும் மின் விசிறியின் சத்தம். இரவின் அமைதி தாங்க முடியாததாக இருந்தது. இரவு விளக்கின் சன்னமான நீல ஒளியில் கவிதா குழந்தைகளுடன் முகம் மூடிப் படுத்திருந்தாள்.

'நட்சத்திரங்கள் எல்லாம் உதிர்வதற்குள், என்னைச் சந்திக்க வருவாயா?' சுகுமாரனுக்குக் கண்கள் கலங்கின. 'நான் உன் கண்ணீராக இருந்தால், உன் கன்னங்களில் வழிந்து இதழில் உதிர்ந்து மடிவேன்'. அன்பில் நெகிழ்ந்த கணங்கள் மனதில் வந்துகொண்டே இருந்தன. சுவரில் சாய்ந்து, சுற்றும் மின்விசிறியையே பார்த்திருந்தார். தணிந்து பரவும் காற்றில், அறையில் எந்த அசைவும் இல்லை.

கொடிக் கயிற்றில் அந்த நீல நிறச் சுடிதார் மட்டும் மெள்ள அசைந்துகொண்டு இருந்தது!

ஆனந்த விகடன், 2006,
உயிர் எழுத்து, ஏப்ரல் 2023

9

நிர்வாணம்

காட்சி: 1

இடம் : ஏதேன் தோட்டம்.

பாத்திரங்கள் : தேவனாகிய கர்த்தர், ஆதாம், ஏவாள்.

மூடுபனியின் மங்கலான புகை மூட்டத்தினுள் உலகின் முதல் நதியான பைசோனின் குளிர்ந்த நீருடன் ஏதேன் தோட்டத்தின் மண்ணைப் பிசைந்துகொண்டிருக்கிறார் தேவனாகிய கர்த்தர்.

பரிசுத்தமான தேவ ஒளி பொருந்திய அவரது சாஸ்வதமான இருப்பு மூன்று நாட்களே ஆகியிருந்த சூரியனின் மஞ்சள் நிறமான இளம்வெயிலில் பிரகாசிக்கிறது.

கையிலிருந்த மண்ணில் பறவை ஒன்றை வனைந்து அதைக் கையில் ஏந்தி ஆதாம் முன் நீட்டுகிறார். ஆதாம் அதற்குப் புறா என்று பெயரிடுகிறான். தேவனின் கையிலிருந்த மண் புறா உயிர்த்து சிறகுகளைச் சிலுப்புகிறது. தேவனைத் திரும்பிப்பார்த்துவிட்டுப் பறந்து மூடுபனியின் வெண்மைக்குள் மறைகிறது.

தேவன் ஆகாசவெளியைப் பார்த்துப் புன்னகைத்துத் திரும்பி ஆதாமைப் பார்க்கிறார். அவன் அமைதியாகத் தலைகுனிந்திருக்கிறான். அவன் சோகத்தின் காரணம் புரிந்த தேவன் ஆதாமுக்கு ஆழ்ந்த நித்திரை வரப் பண்ணினார்.

ஜீவவிருட்சத்திலிருந்து மலர் ஒன்று ஆதாமின் மேல் உதிர்ந்தது. அந்த மலரின் சுகந்தம் பனியின் வாசனையோடு சேர்ந்து மணக்கிறது.

தேவன் பைசோன் ஆற்றில் கைகளைக் கழுவி வலது கையில் கொஞ்சம் நீரை எடுத்து ஆதாமின் விலாவில் தெளித்தார். ஆதாமின் மாம்சம் களிமண்போல இளகியது. தேவன் இளகிய அவன் விலாவின் எலும்புகளில் ஒன்றைத் தடவி அறிந்தார்.

அந்த விலா எலும்பைச் சிறிது உடைத்து எடுத்து அந்த இடத்தை மண்ணால் அடைத்தார். மண் இறுகி மாம்சமானது. அருகிலிருக்கும் மண்ணைக் குழைத்து அதனுள் ஆதாமின் விலா எலும்பை வைத்து வனப்புடன் ஒரு மனுஷியை வனைந்து அவன் அருகில் வைத்தார்.

ஆற்று நீரைச் சிறிது அள்ளி அதன் மேல் தெளித்தார். தேவன் அதன் மூக்கில் சுவாசக் காற்றை ஊதினார். களிமண் உருவம் பெண்ணாகியது. பனிப்புகை அந்த அழகிய பெண் வடிவத்தைக் கடந்துசெல்ல அவள் மனுஷியாகக் கண்விழித்தாள்.

அவளது இமைகள் திறந்தன. தேவன் அவள் காதில் ஏவாள் ஏவாள் ஏவாள் என்று மூன்றுதரம் சொல்லி எழுந்திரு ஏவாள் என்றார். மஞ்சள் இளவெயிலில் அழகிய அந்தக் கன்னி வனப்புடன் எழுந்து நிர்வாணமாக நின்றாள்.

தேவன்: ஆதாம் எழுந்திரு. உன் மாம்சத்தின் மாம்சமாய் இவளை உனக்காக உருவாக்கினேன். உன் எலும்பிலிருந்து இவள் உருவாக்கப்பட்டதால் இவள் உன்னுடனே இசைந்திருப்பாள். இவள் பெயர் ஏவாள். ஆதாம். எழுந்திரு.

ஆதாம்: (கண்விழித்து) தேவனே. நான் ஆதாம் இல்லை.

தேவன்: (அதிர்ச்சியுடன்) அந்நியனே. என் படைப்புச் சூக்குமம் மீறி இந்த உடலினுள் பிரவேசித்த நீ யார்?

ஆதாம்: நான் கிருஷ்ணப் பண்டிதன்.

தேவன்: (கோபமுற்று) சைத்தானே, உன்னை..

உரத்த குரல் திசையெங்கும் எதிரொலிக்க அவனுக்குச் சாபமிடுவது மாதிரி தேவன் கையை உயர்த்துகையில் கிருஷ்ணப் பண்டிதர் தனது விலாவைத் தடவிக்கொண்டே தூக்கத்திலிருந்து விழித்தார்.

ஏதேன் தோட்டத்தின் சுகந்த வாசனை மறைந்து கொசுவத்திச் சுருளின் புகை நெடி உணர்ந்ததும் தன்னிலைக்கு

வந்த அவர் அருகில் நிர்வாணமாக நிற்கும் ஏவாளைத் தேடினார். கண்டது கனவு என்று அவரால் நம்பமுடியவில்லை. அந்த மூடுபனியின் குளிர், ஒருவிதமான மலர் வாசனை, இளவெயிலில் தகதகக்கும் இளம்பெண்ணின் நிர்வாணம் எல்லாமே உண்மை. அவரது ஆண்மை எழுச்சியுற்றிருந்தது. உடம்பெல்லாம் தகிப்பதையும் உணர்ந்தார்.

தலையணை அருகில் தடவி தனது மூக்குக் கண்ணாடியைத் தேடினார். புனித வேதாகம நூலின் முனைகள் அவர் விரல்களில் பட்டன. அதன் மேலிருந்த மூக்குக்கண்ணாடியை எடுத்து அணிந்துகொண்டார். "இருட்டைப் பார்க்கும் கண்ணாடிகள்" என்றொரு படிமம் அவருக்குள் மினுங்கி அணைந்தது.

எழுந்து உட்கார்ந்து கைகளை நெளிப்பு எடுத்துக் கொண்டார். உடல் அசதியாக இருந்தது. மெதுவாக எழுந்து அங்கிருந்த விளக்கின் ஸ்விட்சை அழுத்தினார். மணி ஐந்து இருக்கலாம் என்று நினைத்து சுவர்க் கடிகாரத்தைப் பார்த்தவருக்கு அதிர்ச்சியாக இருந்தது.

மணி இரண்டு பத்துதான் ஆகியிருந்தது. சுவரிலேயே சாய்ந்து நின்றார். வேட்டி மேடிட்டிருந்தது. குனிந்து பார்த்தவர் பெருமூச்சு விட்டு விளக்கை அணைத்தார். திரும்பி வந்து கட்டிலில் படுத்துக்கொண்டார்.

இனித் தூக்கம் அவ்வளவுதான். விடிய விடிய விழித்துக் கொண்டு விட்டத்தின் இருளையும் கசியும் நிலவொளியில் அசையும் சிலந்தி வலையையும் பார்த்துக்கொண்டிருக்க வேண்டியதுதான்.

கிருஷ்ணப் பண்டிதர் என்று அழைக்கப்படுகிற கிருஷ்ண ராஜனுக்கு வயது அறுபத்து மூன்று ஆகிவிட்டது. வைக்கம் முகம்மது பஷீரின் நிழற்படங்களைப் பார்த்திருந்தால் நீங்கள் கிருஷ்ணப் பண்டிதரைப் பார்க்க வேண்டாம். பஷீருக்குத் தலை நிறைய முடி இருந்தால் எப்படியிருக்குமோ அப்படி இருப்பார். அதே சிவப்பு நிறம். அதே கம்பளி மீசை. அருகில் நிறுத்தினால் பஷீரும் பண்டிதரும் அண்ணன் தம்பிபோல இருப்பார்கள்.

வீட்டு வாசலில் ஒரு மாமரம் இருக்கிறது. பகல் நேரத்தில் ஈஸிசேரில் மாமர நிழலில் அமர்ந்து பாரதி கவிதைகள் வாசிப்பார்; அல்லது சரத்சந்திரர் நாவல்கள் அல்லது சும்மா உட்கார்ந்திருப்பார். படிக்கிற நூலில் பிடித்த பகுதி வந்துவிட்டால் புத்தகத்தை மூடிவைத்துவிடுவார்.

அருகிலேயே சின்ன மூக்குப்பொடி டப்பா இருக்கும். அந்த உருளை வடிவ சில்வர் டப்பாவைச் சாய்த்துக் கட்டை விரலையும் ஆட்காட்டி விரலையும் சேர்த்துக் கொஞ்சம் பொடி எடுத்து விரலிலேயே வைத்துக்கொண்டு தலை குனிந்து அமர்ந்திருப்பார். சில நொடிகள் கழித்துக் கண்களை மூடிக்கொண்டு பொடியை உறிஞ்சுவார். புருவப்பட்டைகள் சுருங்கும். உறிஞ்சி சில நொடிகள் கழித்துக் கண்திறந்து சுருக்கிய இமைகளுடன் தொலைவைப் பார்ப்பார். தன் தலையைக் கையால் தடவிக்கொண்டு வெகுநேரம் பார்த்துக்கொண்டே இருப்பார்.

நாட்டரசன் கோட்டை என்னும் சிற்றூரில் இருக்கும் உயர்நிலைப் பள்ளியில் ஆங்கில ஆசிரியராக வேலை பார்த்து ஓய்வுபெற்றுவிட்டார். சிவகங்கை மன்னர் துரைசிங்கம் கல்லூரியில் படிக்கும்போதே ஷேக்ஸ்பியர்மீது இருந்த ஈடு பாட்டால் நாடகம் எழுதத் துவங்கினார். மதுரை வானொலிக்கு சிறுசிறு நாடகங்கள் எழுதித் தன் மாணவர்களுடன் ஒத்திகை பார்த்து அவர்களை வானொலி நிலையம் அழைத்துச்செல்வார்.

பஞ்சாயத்து போர்டு அலுவலகத்தில் இருக்கும் வானொலி யில் மாலை ஏழுமணியளவில் நாடகம் ஒலிபரப்பாகும்போது அருகில் இருக்கும் குளக்கரையில் தனியாக அமர்ந்து சிகரெட் பிடித்துக்கொண்டே தான் எழுதிய நாடகத்தைக் கேட்பார். உற்சாகம் மிகுதியானால் ஓட்கா ஒரு குவார்ட்டர் வாங்கிக் கொண்டு வேட்டியின் ஒருமுனையை இடதுகையால் தூக்கிப் பிடித்துக்கொண்டு வீட்டுக்கு நடப்பார். போதை ஏறியதும் தனக்குத்தானே பேசத் துவங்குவார்.

பள்ளி மாணவர்களிடையே காரைக்குடியில் நடக்கும் போட்டிகளில் இவர் நாடகம் கலந்துகொள்கிறது என்றால் நிச்சயம் முதல்பரிசு அதற்குத்தான். அவரைச் செல்லமாகப் பண்டிதர் என்று சக ஆசிரியர்கள் அழைக்கப் பள்ளிக்கு வெளியிலும் அதுவே பட்டப்பெயராக நிலைத்துவிட்டது.

இவ்வாறு நாடகத்தின் மூலம் கிடைத்த புகழால் அந்த ஊரின் துவக்கப் பள்ளியில் மூன்றாம் வகுப்பு ஆசிரியையாக இருந்த லில்லி டீச்சருக்கும் பண்டிதருக்கும் ஏற்பட்ட அன்பு ஓர் அற்புதமான காதல்கதை. இது அறுபதுகளின் இறுதியில் நடந்தது.

அந்த ஊரின் தெருக்கள் எப்போதும் காலியாகவே இருக்கும். மனித நடமாட்டம் அதிகம் இருக்காது. லில்லி டீச்சர் பள்ளிக்கு வரும்போது பண்டிதர் வீட்டைக் கடந்துதான் வர

வேண்டும். அவளுடன் ஆறுவயது சிறுமி ஒருத்தி பைக்கட்டைத் தூக்கிக்கொண்டு லில்லி டீச்சரின் கையைப் பிடித்தபடி வருவாள். பண்டிதர் லில்லியின் வருகைக்காகக் கதவுக்குப் பின்னால் தயாராக நிற்பார். தெருவில் லில்லியின் காலடிச் சத்தம் கேட்டதும் கதவைத் திறப்பார். அது இரும்புக்கதவு என்பதால் வினோதமாகச் சத்தமிட்டுத் திறக்கும்.

அந்தச் சத்தம் கேட்டதுமே லில்லி டீச்சருக்கு வெட்கம் வந்துவிடும். தலைகுனிந்து புன்னகைத்துக்கொண்டே விடுவிடுவென அந்த வீட்டைக் கடந்து செல்வாள். பண்டிதரும் புன்னகைப்பார். அவ்வளவுதான் அவர்களின் காதல் பரிவர்த்தனை. அன்றைய பொழுதுக்கான சாதனையைச் செய்ததுபோலப் பண்டிதர் வெளியில்வந்து வேட்டியின் முனையைத் தூக்கிப்பிடித்துக்கொண்டு எதிர்த்திசையில் நடந்து பள்ளிக்குச் செல்வார்.

பஞ்சாயத்து போர்ட் அலுவலக வானொலியில் அவர் நாடகம் ஒலிபரப்பாகும்பொழுதில் சரியாக லில்லி டீச்சர் தெப்பக்குளத்தில் தண்ணீர் எடுக்க வெண்கலக்குடத்தை இடுப்பில் வைத்துக்கொண்டு வருவாள். பண்டிதர் அவளைப் பார்த்ததும் சட்டென்று சிகரெட்டைப் பின்னால் ஒளித்துக்கொண்டு வாய்க்குள்ளிருந்த புகையை டீச்சர் அறியாமல் குனிந்து தன் சட்டைக் காலருக்குள் வேகமாக ஊதிவிட்டு நிமிர்ந்து புன்னகைப்பார்.

இருட்டத் துவங்கியிருக்கும் அந்த மசண்டையான பொழுதில் டீச்சர் அவரைப் பார்க்காமல் குடத்தைப் பார்த்துப் புன்னகைப்பாள். இவர் குளக்கரையில் நிற்பார். தண்ணீர் அலம்பும் சத்தம் குடத்திலிருந்து கேட்க டீச்சர் தெப்பக்குளத்தின் படிக்கட்டுகளில் ஏறிவருவாள். நாடகம் காற்றில் கேட்டுக்கொண்டிருக்கும்.

ஒருநாள் தூரத்தில் லில்லி டீச்சர் வரும்போதே பண்டிதர் தெருவில் இறங்கி நடக்கத் துவங்கினார். லில்லி டீச்சருக்கு அவர் எதிரில் வருவதைப் பார்த்ததும் கால்கள் பின்னத் துவங்கின.

பள்ளிக்குப் போவதற்கு வேறு பாதையும் இல்லை. இருவருக்கும் இடையில் தூரம் குறைந்துகொண்டே வந்தது. லில்லி டீச்சர் அருகில் வந்ததும் பண்டிதர் சிலைபோல நின்று 'குட்மார்னிங் டீச்சர்' என்று சிறுவர்கள் சொல்வதுபோல இழுத்துச்சொல்லி சல்யூட் அடித்தார். இதைப் பார்த்ததும் லில்லி டீச்சருக்குச் சிரிப்பு வாய்க் கொள்ளாமல் ஓட்டமும் நடையுமாக

ஓட உடன்வரும் சிறுமியும் திரும்பிப்பார்த்துக்கொண்டே அவளுடன் ஓடினாள்.

லில்லி தெருமுனையில் நின்று திரும்பிப் பார்த்தாள். பண்டிதர் வணக்கம் சொன்ன இடத்திலேயே நின்று அவளைப் பார்த்து இன்னொரு சல்யூட் அடித்தார். அவள் சிரித்தாள். யாருமற்ற தெருவில் அவளின் சிரிப்புச் சத்தம் சிறிய பறவையின் ஒலிபோல அவருக்குக் கேட்டது.

அந்த ஞாயிற்றுக்கிழமை மதுரைக்குப் போய்ச் சமஸ்கிருத ஸ்லோகங்களும் அதன் விளக்கங்களும் இருக்கும் பகவத் கீதையும், கறுப்புத்தோல் உறைபோட்டுப் பக்கவாட்டில் ரோஸ்நிறம் பூசிய பக்கங்கள் கொண்ட பழைய ஏற்பாட்டையும் வாங்கி வந்தார். முதல் பக்கத்தில் அன்புடன் ஆர். கிருஷ்ணராஜன் என்று எழுதிய பகவத் கீதையை லில்லி டீச்சரிடம் கொடுத்தார். திங்கட்கிழமை காலை இந்தச் சந்திப்பு அதே தெருவில் நிகழ்ந்தது.

பைபிளை அவளிடம் கொடுக்க அவள் அதை வாங்கிக் கொண்டாள். மறுநாள் அதே தெருவில் அவள் பைபிளை அவரிடம் திருப்பிக்கொடுத்தாள். முதல் பக்கத்தைப் பிரித்துப் பார்த்தார். கிறுக்கலான எழுத்தில் வித் லவ் என்று எழுதி லில்லி மலர்க்கண்ணி, 7.05.1967 என்று தெளிவான ஆங்கில எழுத்தில் எழுதியிருந்தது. லில்லி என்ற எழுத்துகளில் ஒய் என்ற ஆங்கில எழுத்தின் வளைவும் நளினமும் லில்லியிடமும் இருப்பதை உணர்ந்தார். பைபிளை மூடிவிட்டு நிமிர்ந்து பார்த்தார். அவள் தெருமுனையில் வளையும்போது அவரைப் பார்த்துப் புன்னகைத்தாள்.

அந்தக் கோடை விடுமுறையில் லில்லி டீச்சருக்குப் பெரியம்மை கண்டது. அவளின் அகால மரணத்துடன் இந்தக் காதல் கதை நிறைவுற்றது. அவள் மறைந்த செய்தியைக் கேட்டதும் அதிர்ந்து போனார். அழுகையும் வரவில்லை. மூன்றுமாதம் மருத்துவ விடுப்பு எடுத்துக்கொண்டு யாரையும் சந்திக்காமல் வீட்டுக்குள்ளேயே அடைந்து கிடந்தார்.

வீட்டில் கேட்டபோது திருமணத்தை மறுத்தார். நாடகம் எழுதுவதையும் விட்டுவிட்டார். பைபிளைப் பக்கத்திலேயே வைத்துக்கொண்டு கொஞ்சநாட்கள் தூங்கினார். முதல் பக்கத்தை விரித்துப் பார்த்து வித் லவ் என்ற எழுதியதை விரல் நுனியால் தடவிப் பார்ப்பார். அந்தத் தெருவில் காலைவேளையில் தனியாக வந்து நிற்பார். இரும்புக்கதவைத் திறந்து பார்த்து அந்தச் சத்தத்தைக் கேட்பார்.

பல வருடங்களுக்குப்பிறகு ஒருநாள் ஒரு கல்லூரி மாணவி ஒருத்தி அவரைப் பார்க்க வீட்டுக்கு வந்தாள்.

“சார் என் பேர் வெண்ணிலா. காரைக்குடியில படிக்கிறேன். எங்க காலேஜ்ல ஒரு காம்பெடிஷன். பதினஞ்சு நிமிஷம் வர்ர மாதிரி ஒரு நாடகம் எழுதித் தரமுடியுமா?”

“இல்லம்மா நான் நாடகம் எழுதறதை விட்டுப் பல வருஷம் ஆச்சு.”

“ப்ளீஸ் சார்.”

“நீ யாரும்மா?”

அவள் புன்னகையுடன் “லில்லி டீச்சர் கையைப் பிடிச்சுக்கிட்டு நடந்து வருவேனே.”

அந்தச் சிறுமியா நீ என்பதைப்போலப் பண்டிதர் அவளை நிமிர்ந்து பார்த்தார். தீர்க்கமாகப் பார்த்தவர் பார்வையைத் தணித்துத் தலைகுனிந்தார்.

“எழுதித்தாரேம்மா. ஆனா எனக்கு நீ ஒண்ணு செய்ய முடியுமா?”

“சொல்லுங்க சார்.”

“நான் உன் கையைப் பிடிச்சுக்கலாமா?”

அவள் யோசனையின்றிக் கையை நீட்டினாள். அவளது விரல்களைப் பார்த்துத் தலை நிமிர்ந்தவர் மெல்ல தன் கையை உயர்த்தி அவள் விரல்களைப் பற்றினார். சட்டென மனம் உடைந்து தேம்பித்தேம்பி அழுதார்.

அதற்குப் பிறகு திரும்பவும் எழுதத் துவங்கினார். பணியிலிருந்து ஓய்வுபெற்ற பிறகு அவர் வாழ்க்கையின் வெறுமையை வெகுவாக உணர்ந்தார். நாட்டரசன்கோட்டையில் கண்ணாத்தாள் கோயில் திருவிழா பத்து நாள்கள் நடக்கும். ஒவ்வொரு நாளும் ஒரு நிகழ்ச்சி நடக்கும். பண்டிதர் ஆறாம் திருநாள் அன்று ‘ஐந்தாம் சுவர்’ என்று ஒரு சமூக நாடகம் எழுதி தன் பழைய மாணவர்களை நடிக்கவைத்து அரங்கேற்றினார்.

அதற்குக் கிடைத்த வரவேற்பைத் தொடர்ந்து வருடா வருடம் நாடகங்கள் எழுதி இயக்கினார். இந்த முறை அந்த ஊரில் புதிதாகக் கட்டப்பட்ட மாதாகோயிலின் ரத ஊர்வலத்தன்று நாடகம் போட முடியுமா என்று சர்ச்சிலிருக்கும் பெரியவர்கள் அவரைக் கேட்டார்கள். இவர் சரி என்று ஒத்துக் கொண்டார்.

வீட்டுக்கு வந்து டிரங்குப் பெட்டியைத் திறந்து அந்தப் பைபிளை எடுத்தார். முதல் பக்கத்தைப் பார்த்தார். லில்லியில் இருக்கும் ஒய் என்ற எழுத்தைப் பார்த்தார். மாமர நிழலில்

ஈஸிசேரில் அமர்ந்தார். பைபிளை மடியில் வைத்துக் கொண்டார். கண்களைச் சுருக்கி வெயிலைப் பார்த்தார்.

ஆதியாகமம் என்ற பக்கத்தைத் திறந்து படிக்க ஆரம்பித்தார். "ஆதியில் தேவனிடத்தில் ஒரு வார்த்தை இருந்தது. அது தேவனாய் இருந்தது." விவிலியத்தை மூடிவைத்துவிட்டு மூக்குப் பொடியை எடுத்து உறிஞ்சினார். உலகம் அற்றிருந்த சூனியவெளியில் தேவன் இருக்கும்போது அவரிடம் இருந்த வார்த்தை எது?

அது வெறும் ஒலிக்குறிப்பா, லிபியா, எந்த மொழியில் அந்த வார்த்தை இருந்தது? அது வார்த்தையா, சங்கேதமா, இசையா?

"தேவனிடத்தில் ஒரு வார்த்தை இருந்தது. அது தேவனாக இருந்தது." இதைத் திரும்பத் திரும்ப நினைக்கையில் அவர் உடல் சிலிர்த்தது.

என்னிடம் லில்லி என்றொரு வார்த்தை இருந்தது. அது கிருஷ்ணனாக இருந்தது.

வார்த்தையென்றால் அதிர்வு இருக்கும். தேவனின் இதயத் துடிப்பு. அந்தத் துடிப்புதான் வார்த்தையா?

வார்த்தைதான் மனிதனாகிறானா? இல்லை மனிதன் வார்த்தையாகிறானா? வார்த்தை வளர்ந்து துளிர்விட்டு மரமெல்லாம் இலைகள். உடம்பெல்லாம் வார்த்தைகள். இந்த உடல் வார்த்தையால் ஆனதா, இல்லை வார்த்தைதான் உடலா?

இலைகள் மரங்களின் நாக்குகள். மரத்தின் இலைகள் எல்லாம் உதிர்ந்து கடைசியில் ஓர் இலை. அதுதான் ஆதியில் இருந்த வார்த்தையா? அதுவும் உதிர்ந்தால் மௌனம். பிறகு மரத்தின் கிளைகளுக்குள் உறங்குகிறது வார்த்தை. எனில் கர்ப்பத்தில் துயில்வதும் வார்த்தை.

குழந்தை கத்துகிறது. அந்த வார்த்தையைத்தான் சொல்ல முயல்கிறதா? அது ஒலியாகித் துவங்கி பிசிறுகள் அடங்கி எழுத்தாகி, வார்த்தையாகி, வார்த்தை சிறுவனாகி அவனுக்குள் வளர்கிறது. அவனாக இருக்கிறது.

வார்த்தைகளின் தளர்ச்சிதான் முதுமை. முதுமையில் ஒரு வார்த்தையைத் தெளிவாகச் சொல்? வார்த்தைதான் உயிர். உயிர் மங்கினால் வார்த்தை மங்குகிறது.

வயது ஆக ஆக வார்த்தை நடுங்குகிறது. அர்த்தமற்ற உளறலாகி, சேர்த்த வார்த்தைகள் எல்லாம் ஒவ்வொன்றாய் உதிர்ந்து பறவை கூடு திரும்புவதுபோல வார்த்தை கூடு திரும்புகிறது. கூடுதான் தேவன். அந்த ஒற்றை வார்த்தையை அறிபவனே தேவன். அப்படியா?

அந்த ஒரு வார்த்தையால் உன் வாழ்க்கையை எழுது. கதை எழுது. கவிதை எழுது. நாடகம் எழுது. எழுத எழுத வார்த்தைகள் ஒன்றுடன் ஒன்று உரசிப் புணர்ந்து பெருகுகின்றன. பிறகு ஒவ்வொன்றாய் ஒன்றுடன் ஒன்று கலந்து மறைந்து திரும்பவும் அது ஒரு வார்த்தை ஆகிறது.

தேவன் தனது சாயலில் மனிதனைப் படைத்தார். வார்த்தை அதன் சாயலில் இன்னொரு வார்த்தையைப் படைத்தது. சாயல் மரணித்தால்? பிறகு எல்லாம் பெயர். பிறகு எல்லாம் வார்த்தை. அந்த வார்த்தைதான் தேவனிடத்தில் இருந்தது. தேவனாய் இருந்தது. இரண்டும் வேறில்லை. இரண்டும் ஒன்றும் இல்லை. கர்த்தரே.. நான் ஒரு வார்த்தையா?

மூக்குப்பொடியின் சுர்ர்ர் மூளையின் அடுக்குகளில் உறைத்து அந்தக் காரம் தணிந்தது. வார்த்தையைத் தேடிக் களைத்துவிட்டேனா, தெளிவாகிவிட்டேனா? கண்களைச் சுருக்கி வெயிலைப் பார்த்தவர் இமைத்தார். “வெளிச்சம் உண்டாகக் கடவது” என்றார். வெளிச்சம் உண்டாயிற்று. ஈஸி சேரில் மெதுவாகச் சாய்ந்து உட்கார்ந்தார்.

பழுத்த மாவிலை ஒன்று உதிர்ந்து காற்றில் சுற்றிக் கொண்டே வந்து அவர் மடியில் விழுந்தது. இலையைப் பார்த்தார். பிறகு கையில் எடுத்தார். நிமிர்ந்து மரத்தைப் பார்த்தார். இது ஒரு வார்த்தை. மரத்தின் வார்த்தை. இந்த வார்த்தை சொல்வது என்ன? பைபிளைப் பிரித்தார். பைபிள் முழுக்க வார்த்தைகள். மாவிலையைப் பைபிளுக்குள் வைத்து மூடினார்.

வெளிச்சத்தையும் இருளையும் தேவன் வெவ்வேறாகப் பிரித்தார். பண்டிதர் கண்களை மூடினார். வெளியில் வெளிச்சம். உள்ளே இருள். இருளுக்கு இரவு என்று தேவன் பெயரிட்டார். எனக்குள் இருப்பது இருளா? எவ்வளவு வெளிச்சம் கண்கள் எனும் சாளரம் வழியே உள்ளே போனாலும் இமைகளை மூடினால் இருள்.

இயற்கையின் சர்வ வேலைகளும் உண்டாக்கப்பட்டுத் தீர்ந்தபொழுதில் ஏதேன் தோட்டத்தில் ஆதாம் மட்டும் தனியாக இருந்தான். அவன் தனிமை தேவனை மிகவும் இம்சித்தது.

முழுவாழ்க்கைக்கும் பெண் இல்லாத தனது தனிமையும் பெண் இல்லாத உலகத்தில் ஆதாமின் தனிமையும் ஒன்றுதான் என உணர்ந்த கணத்தில் நான் எங்கிருக்கிறேன்? தனது வீடு ஏதேன் தோட்டத்தில்தான் இருக்கிறது என்பதைப் பண்டிதர் உணர்ந்தார்.

தேவனின் சிருஷ்டியில் இந்த அறுபத்துமூன்று வயதுவரை பெண்ணை அறியாமல் இந்த வாழ்க்கை முழுமையடையாமல் இருக்கிறது என்று உணர்ந்த கணத்தில் இதுதான் எழுதப் போகும் நாடகத்தின் கரு என்று பண்டிதர் அறிந்தார்.

விலக்கப்பட்ட கனிகளுடன் வளர்ந்த ஜீவ விருட்சங்கள் இந்த அறுபத்துமூன்று வருடமும் என்னைச் சுற்றி முளைத்திருக்கின்றன. பெண்ணால் அறியப்படாத நிர்வாணம் இருந்தும் அது எதற்கு? கிருஷ்ணப் பண்டிதா... உன் வாழ்வின் மகத்தான படைப்பை எழுதப் போகிறாய் என்று உள்ளுணர்வு சொன்னது. தரிசனம்போல வந்த இது என் புலமையின் மேதைமையா, இல்லை மரணத்தின் கடைசிநேரக் கருணை தரும் படைப்புத் தருணமா?

அவருக்கு மனம் தெளிவாக இருந்தது. வீட்டிலிருந்து நடந்து ஊருக்கு வெளியே உள்ள ரயில் நிலையம் நோக்கி நடந்தார். சூரியன் மறையத் துவங்கிவிட்டது. ரயில் நிலையத்தின் சிமிண்ட் இருக்கையின் ஓரமாக அமர்ந்தார். அரசமரத்தின் பழங்கள் உதிர்ந்துகொண்டே இருந்தன. கிளிகளின் சத்தம் அதிகமாக இருந்தது. ஒட்டுமொத்தமான தனது பிரம்மச்சரிய வாழ்க்கையே அவருக்குக் கேலியாகத் தெரிந்தது. நான் எதற்கு எழுதினேன்? வார்த்தைகளை எதற்குப் பெருக்கினேன்? நிர்வாணத்தை நிர்வாணத்தின் ஊடாக அறிகிற தருணமே படைப்பின் பூர்வாங்க நிலை. அதுதான் படைப்பின் செயல். தனியாகச் சூல் கொள்வது எப்படி? கர்ப்பம்தான் படைப்பு. நான் எழுதிய நாடகம் எல்லாம் கரு தரிக்காது கலைந்த சூதகம். சுய மைதுனம்.

தரையில் விழுந்து சிதறும் அரசமரத்தின் பழங்களைப் பார்த்துக்கொண்டிருந்தார். ஒரு விதையாவது முளைக்கட்டும் என்று எத்தனை லட்சம் பழங்கள் உதிர்கின்றன. ஒவ்வொரு பழத்திலும் எத்தனை ஆயிரம் விதைகள். எனக்கு வழங்கப்பட்ட ஆண் உடல், என் விதை, தன் படைப்பின் நோக்கத்தைக் கேலி செய்துவிட்டுச் சருகெனப் பூமிக்குத் திரும்பப் போகிறது. ஆற்றாமையும் தாழ்வுணர்ச்சியும் அவரைக் கலக்கமுறச் செய்தன.

வாழ்க்கையின் விளிம்பில் நிற்கிறேன். மேடையில் திரை விழப்போகிறது. இதுவரை தான் எதுவுமே செய்யவில்லை என்று உணர்ந்தபோது அவருக்குக் கண்கள் கலங்கின. ஒரு விதமான குற்ற உணர்ச்சி அவரை அழுத்தத் துவங்கியது. குடிக்க விரும்பினார்.

தனக்குப் பிடித்தமான ஓட்கா குவார்ட்டரும் தொட்டுக்கொள்ளப் பச்சை மிளகாய் நறுக்குகளுடன் அவித்த வேர்க்கடலையும் ஒரு சார்மினார் சிகரெட் பாக்கெட்டும் வாங்கிக்கொண்டு அறைக்குத் திரும்பினார். இரவு உணவுக்கு முதல்நாள் வாங்கிவைத்த ஆப்பிள் பழங்களும் கடையில் வாங்கிய இட்லி மாவும் இருப்பது நினைவுக்கு வந்தது.

தனது எழுதுமேசை அருகில் நாற்காலியை இழுத்துப் போட்டு உட்கார்ந்தார். அவரது பழைய மாணவர்கள் வந்தால் அமர்வதற்குப் பயன்படும் இன்னொரு நாற்காலி மேசையின் எதிரில் இருந்தது. இரண்டு கோப்பைகள் எடுத்துவந்து வைத்தார். குடிக்கத் துவங்கினார். போதை ஏறத்துவங்கியதும் தனக்குத்தானே பேசவும் துவங்கினார்.

"எதிர்ல இருக்கிற நாற்காலி எப்போதும் வெறுமையா இருக்கு. இருக்கட்டும் எப்போதுமே வெறுமைதான். ஆனா கோப்பை எதுக்குடா ரெண்டு வச்ச கிருஷ்ணா. காலி நாற்காலிக்குக் காலிக்கோப்பை. தனிமையிலிருக்கும் கோப்பை தனிமையைக் குடிக்கட்டும். பெரிய பண்டிதரு. ஒரு மயிரும் உருப்படியா எழுதல. ஒரு மயிரும் உருப்படியா செய்யல."

மது நிரம்பிய கோப்பையுடன் காலிக் கோப்பையை உரசி 'சியர்ஸ்' சொன்னார்.

"குடித்த கோப்பைகள் எப்போதும் காலியாகவே இருக்கின்றன கிருஷ்ணா."

குடிக்காதவன் கோப்பைதான் நிரம்பியிருக்கு. அவன் வார்த்தையைக் குடிக்கிறான்.

நான் தனிமையைக் குடிக்கிறேன். தனிமைங்கிறதும் வார்த்தைதானே. ஹா... ஹா...

"இவன் யாருடா வீட்டுக்குள்ள வர்றான். வா... வா... ஷேக்ஸ்பியர் வந்துட்டான். ஒரு பெக் போடு."

சிகரெட் புகை சுருள் மேகங்களாய் மிதந்தன.

"ஷேக்ஸூ... இன்னிக்கு நம்ம கெஸ்ட் யாரு தெரியுமா? ஆதாம். வருவான் பாரு. ஹா... ஹா... ஹா... அவன்தான்

என் சக தனிமையாளன். அவனுக்கு ஏவாள் இருக்காங்கிறியா? ஏவாளைப் படைக்கிறதுக்கு முன்னாடி. அவன் தனியாத் தானே இருந்தான். ஒரு உலகம். யாருமே இல்ல. ஒரு ஆம்பள மட்டும் தனியா இருக்கான். அ... ப்... பா... அப்டியே விட்டுருந்தா என்னாயிருக்கும் ஷேக்ஸு ... கர்த்தரையே கட்டிப்பிடிச்சு உருண்டிருப்பான்... ஹா... ஹா... ஹா..."

"ஷேக்ஸு ... டேய் படவா.. எங்கடா அவன்? ரொம்பப் பேசுறேன்னு ஓடிட்டான். ஆதாம் நீ வாடா... வா... உட்காரு. குடி. இது காலிக்கோப்பையல்ல. இதில் நிரம்பியிருப்பது ரத்தம். வெள்ளாட்டுக்கடா, இளங்காளை இவைகளுடைய இரத்தம் அல்ல, இயேசு கிறிஸ்துவுடைய சொந்த இரத்தம். அவர் இரத்தத்தைப் பானம் பண்ணுகிறவர்களுக்கு நித்திய ஜீவன் உண்டு. குடி."

அந்த அறை முழுக்கப் புகை நிரம்பியிருந்தது. தனக்குத் தானே பேசிக்கொண்டே குடித்தார். முழுவதுமாகக் குடித்து முடித்திருந்தார். புகைக்கும் சிகரெட்டின் சாம்பல் பறந்து கண்ணில் விழுந்ததில் எரிச்சல் தாங்காமல் கண்களை இறுக மூடிக்கொண்டார். கண்களை எவ்வளவு நேரம் கழித்துத் திறந்தார் என்பது அவருக்கே தெரியவில்லை.

கண்களைத் திறக்கும்போது பனிப்புகை சூழ்ந்திருந்தது. ஒருவிதமான சுகந்த வாசனை. அதிகாலையின் இளவெயில் போல ஒருவிதமான தங்க மஞ்சள் வெளிச்சம். பண்டிதர் ஒரு தோட்டத்தின் நடுவில் ஜீவ விருட்சத்தின் அடியில் நின்றிருந்தார். மனிதனின் சாயலில் ஒளியுடன் கூடிய ஒருவர் எதிரில் வந்தார். "மனுஷன் தனிமையில் இருப்பது நல்லதல்ல. ஏற்ற துணையை உனக்கு நான் உருவாக்குவேன்" என்று அவர் சொல்வது அசரீரிபோல ஒலித்து அடங்கியது.

ஆகாய விரிவிலிருந்து பொன்னிறமான கிரணம் பைசோன் நதி நீரில் அசைந்தாடிக்கொண்டிருந்தது. ஜீவ விருட்சத்திலிருந்து ஒரு மலர் அவர்மேல் உதிர்ந்து தரையில் விழுந்தது. குனிந்து அதை எடுத்து நுகர்ந்து நிமிரும்போது பனிப் புகைக்குள் ஒரு நிர்வாணம் தெரிந்தது. மஞ்சள் ஒளியில் இளம்பெண்ணின் விளிம்புகள் தெரிந்தன.

"உன் ஸ்தனங்கள் உறங்குபவர்களின் உதடுகளைப் பேசப்பண்ணுவதாக இருக்கிறது."

தன்னையறியாமல் அவர் பேசத்துவங்கினார்.

பூமியிலிருந்து எழும்பும் மூடுபனி மேகங்கள்போல நகர்ந்துகொண்டிருந்தது. பனிப் புகைக்குள் அவளை நோக்கி நடந்தார். வெள்ளைப் போளைச் செடிகளின் ஈர வாசனையும் தூதாயீம் பழங்களின் வாசனையும் காற்றில் நிரம்பியிருந்தது.

அவர் தன் உடலில் வெப்பம் தகிப்பதை உணர்ந்தார். அவருக்குள் இருந்த சர்ப்பம் விழித்தது. ஜீவ விருட்சத்தில் இருந்து தொங்கிக்கொண்டிருந்த சர்ப்பம் நாக்கை நீட்டி நடந்து செல்லும் அவரைப் பார்த்தது. பாம்பின் கால் பாம்பறியும் பண்டிதா. நானும் உனது சர்ப்பமும் வேறல்ல.

அவர் அத்திமரத்தின் அருகில் நின்றுகொண்டிருந்த ஏவாளின் பின்புறம் வந்து நின்றார். இடுப்பின்கீழே பனிப்புகை நிர்வாணம் மூடி நகர்ந்துகொண்டிருந்தது. இன்னும் நெருங்கி அவள் தோள்களைத் தொட்டார். இளம் மூங்கில் குருத்தினைப் போன்ற ஸ்பரிசத்தின் குளிர்மை அவரைச் சிலிர்க்க வைத்தது. தானும் நிர்வாணமாக நிற்பதை அவர் பார்த்தார்.

இன்னும் நெருங்கினார். நிர்வாணம் நிர்வாணத்தைத் தொட்டது.

ஏவாள் மெதுவாகத் திரும்பி அவரைப் பார்த்தாள். அவள் தன் நிர்வாணம் குறித்து வெட்கப்படாதிருந்தாள். புறாவின் கண்கள்போல ஸ்படிகமாக இருந்த கண்களில் தெரிந்த கன்னிமையும் அவளின் அழகென மிளிர்ந்தன. முகமுகமாய் உன்னை நெருங்கிப் பார்க்கத்தான் வந்தேன்.

ஜீவ விருட்சத்தின் நெடிய கிளைகளில் உடல்விரித்துப் படர்ந்திருந்த சர்ப்பம் தனது நாக்குகள் அசையப் பேசத் துவங்கியது.

“ஸ்திரீ, தோட்டத்தின் நடுவில் இருக்கிற இந்த மரத்தின் கனிகளைப் புசிக்க வேண்டாம் என்று தேவன் சொன்னது உண்டோ…”

“நீங்கள் சாகாதபடிக்கு அதைப் புசிக்கவும் தொடவும் வேண்டாம் என்றார்…”

“தேவனின் பொறாமை குறித்து இதன் நிமித்தம் விளக்கப்படுவீர்கள். நீங்கள் சாகவே போவதில்லை” என்று சர்ப்பம் சொல்லி முடித்ததும் ஏவாள் பண்டிதரைப் பார்த்தாள். பண்டிதர் ஏவாளைப் பார்த்தார்.

ஏவாள் விலக்கப்பட்ட மரத்தை நோக்கி நடக்கத் துவங்கினாள். சர்ப்பம் நாக்குகளை நீட்டித் தன் கண்களை அசைத்து தலையைத் திருப்பி ஏவாளைப் பார்த்தது.

மேகம் விலகியதும் ஆகாயவிரிவிலிருக்கும் மகத்தான சுடரின் மஞ்சள் கிரணங்கள் விலக்கப்பட்ட மரத்தின் ஊடாக ஒளிர்ந்தன. பனிப்புகையில் ஒளித்தூண்கள் தோன்றின. ஏவாள் மரத்தில் தொங்கும் ஆப்பிளின் அருகே வந்து நின்றாள். பண்டிதரும் அவளின் நிழல்போல உடன் வந்து நின்றார். சர்ப்பம் கிளைகளிலிருந்து இறங்கி,

"இந்த விலக்கப்பட்ட கனிகளைப் புசிக்கும் கணத்தில் நீங்கள் தேவன் ஆவீர்கள். உங்கள் கண்கள் திறக்கப்படும்" என்றது.

"அது எனக்குத் தெரியாதே..." என்றார் பண்டிதர்.

'பார்... அவளுடைய ஸ்தனங்கள் திராட்சைக்குலை போல இருக்கின்றன...'

"பார்த்துக்கொண்டே இருக்கிறேன்."

"நீ பிறனுடைய திராட்சைத் தோட்டத்தில் பிரவேசித்தால் உன் ஆசை தீர திராட்சைப் பழங்களைப் புசிக்கலாம்..." என்று சொல்லும்போது சடக்கென்று காம்பு முறியும் சத்தம் கேட்டது.

இச்சிக்கப்படத்தக்கதாய் இருந்த விருட்சத்தின் கனியை ஏவாள் பறித்தாள். சர்ப்பம் ஒரு கணம் நிமிர்ந்து பார்த்தது. ஏவாள் கனியைப் புசித்தாள். இன்னொரு கனியைக் கொய்து பண்டிதனிடம் நீட்டினாள். பண்டிதர் அதை வாங்காமல் பார்த்தார்.

ஏவாள் பழத்துடன் அவர் முன்னால் கையை நீட்ட அவள் கையிலிருக்கும்படியே பழத்தைப் புசித்தார். அவரது நாவின் நுனி அவள் விரல்களில் படும்போது ஏவாள் கண்களைச் சிமிட்டினாள். சர்ப்பம் நாக்கை அசைத்துக்கொண்டே பெருமூச்சுவிட்டுக்கொண்டு விருட்சத்திலிருந்து தரையிறங்கி ஊர்ந்து அவர்களை நெருங்கி வந்தது.

கனியைப் புசித்த கணத்தில் ஏவாள் குனிந்து தன் உடலைப் பார்த்தாள். வெட்கத்தால் முகம் சிவக்க, பழத்துடன் அவர் எதிரே நீட்டியிருந்த கையைப் பின்னால் இழுத்தாள். ஆப்பிள் தரையில் விழுந்து உருண்டது.

ஏவாள் இரண்டு கைகளால் உடலை மூடிக்கொண்டு ஓடினாள். பண்டிதரும் தன் நிர்வாணம் குறித்துச் சிலிர்ப்படைந்தார். வெட்கம்கொண்டு ஓடும் ஏவாளின்

பின் உடல் அசைவுகளைப் பார்த்தார். அவர் உடல் முழுக்க அதிர்ந்தது. உடலின் முறுக்கைத் தணிக்கக் கைகளை உயர்த்தி நெளிப்புவிட்டுக்கொண்டே அவளை நோக்கி நடந்தார்.

ஏவாள் பனிப்புகையின் ஊடாக ஓடிச்சென்று புதர் களைப் போல வளர்ந்த வெள்ளைப் போளைச்செடிகளின் புதர்களைக் கடந்து நின்றிருந்த மாதுளை மரங்களுக்குப் பின்னால் ஒளிந்து நின்றாள். அரைக்கச்சைகள் உண்டு பண்ணுவ தற்காக அத்தி மரங்களின் இலைகளைக் கை நிறையப் பறித்தாள்.

கிருஷ்ணப் பண்டிதன் அவளை நெருங்கினார்.

"வஸ்திரம் இல்லாமல் இங்கே வராதீர்கள்."

"என் வஸ்திரத்தைக் கழற்றிப்போட்டேன். நான் எப்படி அதைத் திரும்பவும் உடுப்பேன் ..."

போளைச்செடிகளை விலக்கிப் பண்டிதர் ஏவாளை நெருங்கினார்.

சர்ப்பம் வேகமாக அவர் பின்னால் ஊர்ந்து சென்றது.

பனிக்காற்று சுழித்து வீசியது. ஏவாளின் கைகளில் இருந்த அத்தியிலைகள் பறந்து சிதறின. ஏவாள் வெட்கம் தாளாமல் இரண்டு கைகளால் தன் முகரூபத்தை மூடிக்கொண்டாள். பண்டிதர் உடல் சிலிர்க்க ஏவாளை நெருங்கினார்.

அவள் கூந்தலில் இருந்து வரும் நளத தைல வாசனையின் பரிமளத்தை நுகர்ந்தார். அவருக்குத் தலை கிறுகிறுத்தது.

"உன் கூந்தல் கீலோயத் மலையில் தழைமேயும் வெள்ளாட்டு மந்தையைப்போல இருக்கிறது."

ஏவாள் மூடிய முகத்துடன் முன் நகர்ந்தாள். பண்டிதர் நெருங்கி அவள் இடுப்பின் வளைவில் விரல்களை வழிய விட்டார். "உன் இடுப்பின் வடிவு விசித்திரத் தொழிற்காரரின் வேலையாகிய பூஷணம்போல இருக்கிறது" என்றபடி இன்னும் நெருங்கி அவள் பின்னுடலோடு இணைந்து பொருந்தினார்.

"ஆ. ஏவாள் ... ஏவாள் ... என் நேசத்தின் உசிதங்களை உனக்குத் தருவேன் ..." அவளை இறுக அணைத்தார். முகம் மூடிய அவள் கைகளைப் பிரித்து அவளது முகத்தை நெருங்கினார்.

"சொற்கள் தேன்போல வழியும் அவள் உதடுகளில் முத்தம் வை. வெண்ணெய்யை விட மிருதுவாக இருக்கும் அது"

சர்ப்பம் கிசுகிசுக்கப் பண்டிதர் அவளது வாயில் முத்தங்களாக முத்தமிட்டார்.

சர்ப்பம் அவர்களை நெருங்கி வந்தது. "அவளுடைய நேசத்தால் நீ எப்பொழுதும் மயங்கியிருப்பாயாக" என்றது.

ஏவாள் கால்கள் இற்று மயங்கிச் சரிந்தாள். உன் இரண்டு ஸ்தனங்களும் லீலிபுஷ்பங்கள் மேயும் வெளிமானின் இரண்டு குட்டிகளுக்குச் சமானம். நம் நிர்வாணங்கள் ஒன்றையொன்று அறியட்டும். பொருந்தட்டும். காயமே இது பொய். தனித்த நிர்வாணம் பொய். நிர்வாணம் வெற்றிடம். வெற்றிடத்தைக் காற்று நிரப்பும். நிர்வாணத்தை இன்னொரு நிர்வாணம்தான் நிரப்ப முடியும். இரண்டும் தனித்தனியானதல்ல; ஒன்று. நீ என் பாதி. நான் உன் பாதி. பாதி மனுஷன் எப்படி வாழ முடியும். ஏவாள் ... உன் வயிறு லீலி புஷ்பக் குவியல்போல மென்மையாக இருக்கிறது.

களிமண்போல இளகும் அவள் அடிவயிற்றின் மாம்சம் குழைய ஆதிமனுஷியான ஏவாளினுள் அவர் பிரவேசித்தார். கன்னிமையை அறிகிற தருணம். நிர்வாணங்கள் பின்னிப் பிணைந்து அழுந்திப் புரண்டு திளைக்கையில் சர்ப்பம் ஊர்ந்து வந்து அவர்களின் உடல்களைச் சுற்றிப் படர்ந்து இறுக்கத் துவங்கியது.

இது ஜீவ விருட்சத்தின் சர்ப்பமா, என் உடலில் இருக்கும் சர்ப்பத்தின் நீட்சியா? பிரம்மச்சரியம் கலைந்து அவள் மேலாகிப் பின் அவர் மேலாகி உருண்டு கண்கள் இருட்டி "ஏவாள் எனது வார்த்தையே..." ஆதியிலிருந்த வார்த்தை எழுத்துக் களாகப் பிரிந்து, ஒலியாகித் திரிந்து முனகலாகி அகாலத்தில் திளைத்து மயங்கும்போது, கட்டிலிலிருந்து பைபிள் தரையில் விழ அதைத் தொடர்ந்து கிருஷ்ணப் பண்டிதரும் உருண்டு ணங்கென்று தரையில் விழுந்தார். கண்களில் நீலவெளிச்சம் மின்னலென அடித்து அணைந்தது.

மயக்கத்திலிருந்து விழித்தபோது சிவகங்கை அரசு மருத்துவமனை எலும்பு முறிவு தீவிர சிகிச்சைப் பிரிவின் கட்டிலில் படுத்திருந்தார். அவருடைய நாடகத்தில் நடிக்கும் பழைய மாணவர்கள் சிலர் அருகில் நின்றார்கள். காலை பதினொரு மணியாகியும் அவருக்கு நினைவு தெளிவாகவில்லை.

"சார் என்னைய தெரியுதா ..."

அவர் மலங்க விழித்தார்.

"எங்க இருக்கீங்க தெரியுதா ..."

"ஸ்தனங்களின் நடுவில்... உச்சத்தில் உடல் இல்லை. நினைவில்லை. காலம் இல்லை."

அவன் சிரிப்பை அடக்கிக்கொண்டு மருத்துவரிடம் சொன்னான்.

"நைட்டு எப்பவாவது குடிப்பாரு. நேத்துக் கொஞ்சம் ஓவராயிருச்சுன்னு நினைக்கிறேன்."

மருத்துவர் எதிரில் வந்து நின்று, "அய்யா உங்க பேர் என்ன?"

"ஆதாம்..."

மாணவர்களில் ஒருவன் புன்னகையுடன் அருகில் வந்து "சார் நைட்டு என்ன சாப்டீங்க..."

"திராட்சை ரசம். அப்புறம் ஆப்பிள்..."

"அவர் வீட்டில பாதிக் கடிச்ச ஆப்பிள் ரெண்டு கிடந்துச்சு சார்."

"திராட்சை ரசம்?"

"சரக்கைச் சொல்றாரு..."

"திராட்சைக் குலைகளின் ரசம்..."

மருத்துவர் உடல் முழுக்க அழுத்திப் பார்த்தார். "கை கால்ல வீக்கம் எதுவும் இல்ல... தலையில அடிபட்டிருக்கான்னு ஸ்கேன் பண்ணாத்தான் தெரியும்."

"சார் என்னைய தெரியுதா... இங்க பாருங்க. உங்க நாடகத்தில நடிப்பேனே ராஜ்குமார்..."

"சாலமோனின் உன்னதப்பாட்டு..."

"சார் என்னைய தெரியல..."

"ஒரே பனிப்புகை. காண்பவெல்லாம் மறையுமென்றால் மறைந்ததெல்லாம் காண்பமன்றோ? ஏவாள் எங்க?"

தலைமை மருத்துவர் வந்ததும் அங்கிருக்கும் மாணவர் களை வெளியில் காத்திருக்கச் சொன்னார்கள். துணை மருத்துவர் ஒருவர் பண்டிதரின் கன்னத்தில் பலமுறை தட்டி அவரை எழுப்ப முயன்றார்.

"குடிச்சிருக்காரா..."

"நைட்டுக் குடிச்சிருக்கார் சார்..."

ஹார்மோனியம்

"அது இன்னுமா இருக்கு... ஐயா நீங்க ரைட்டராமே.. உங்க பேர் என்ன?"

"ஆதாம்..."

"திரும்பிப் படுக்கவைங்க."

துணை மருத்துவரும் செவிலியும் அவர் உடலைத் திருப்பும்போது வலி பொறுக்காமல் கத்தினார்.

"சீ. பெக்குலியர் பிராக்சர்..."

"எங்க டாக்டர்..."

மருத்துவர் தொட்டுக்காட்டினார். விலாவில் ஓரிடத்தில் எலும்பே இல்லாமல் சிவந்து கன்றிப்போய்ச் சதை சற்றுக் குழிவாயிருந்தது.

உயிர் எழுத்து, செப்டம்பர் 2023

10

சாக்லேட்

திலீப் குமாருக்கு ஒரு கெட்ட பழக்கம் இருக்கிறது. ஆனால் இதைக் கெட்ட பழக்கம் என்று அவன் ஒத்துக்கொள்வது இல்லை. திலீப் என் நண்பன். கல்லூரிக் காலத்திலிருந்து பழக்கம். என்னுடன் படித்த மாணவர்களைவிட திலீப் இரண்டு வருடங்கள் மூத்தவன் என்பதால் அவனை நாங்கள் எல்லோரும் அவன் பெயரின் முதல் ஆங்கில எழுத்தைக் குறிக்கும் விதமாக 'டி'என்று தான் அழைப்போம்.

என்னடி போடி வாடி என்று நாங்கள் அழைப்பது பலருக்கு வினோதமாக இருக்கும். டியின் சொந்த ஊர் சேலம். நல்ல வசதியான குடும்பத்தில் பிறந்தவன். தொண்ணூறுகளின் இறுதியில் இஞ்சினியரிங் முடித்துச் சென்னை வந்த புதிதில் திருவான்மியூரில் வால்மீகி நகரில் கடற்கரை ஓரமாக ஒரு வீட்டின் நான்காவது மாடியில் தங்கி இருந்தேன். வேலைக்கு நடுவில் திரைப்பட உலகில் நடிகனாக நுழைவது கூடுதல் லட்சியம்.

அந்தப் பிரம்மச்சரிய காலத்தில் திலீப் வந்தால் சரியாக நான்கு நாட்கள் தங்குவான். வரும்போதே மாருதி ஜென் காரில்தான் வருவான். அவன் வந்தது தெரிந்தால் சென்னையில் இருக்கும் எங்கள் நண்பர்கள் ஜெகா, திரைப்பட உதவி இயக்குநர் சீனி, நித்தில் எல்லோரும் வந்துவிடுவார்கள். பிறகு எல்லாம் அந்த வயதுக்கான கதைகள்.

நண்பர்கள் டியை விரும்புவதற்கு இரண்டு காரணங்கள் இருந்தன. ஒன்று அவன் இருக்கும் நாட்களில் எங்கள் அறையில் தினமும் இரவு விருந்து நடக்கும். அவனது மாருதி காரில் பியர் போத்தல்கள் வந்து இறங்கிக்கொண்டே இருக்கும். குமார் அந்த அறையில் இருக்கும் விளக்குகளை அணைத்துவிட்டு நிறையக் கண்கள் கொண்ட சிறிய மண்பாண்டத்தினுள் மெழுகுதிரியை ஏற்றிவைப்பான். அதன் வெளிச்சமும் நிழலும் சுவர்களில் வித்தியாசமாகப் படியும்.

'கண்மணியே காதல் என்பது கற்பனையோ', 'காதலின் தீபம் ஒன்று...' முதலான இளையராஜாவின் காதல் பாடல்கள் மெலிதாக ஒலிக்கும். சன்னலின் திரைச் சீலைகள் கடற்காற்றில் அசையத்துவங்கும். நறுக்கிய கொய்யாப்பழங்கள், திராட்சைகள், மாங்காய் தொக்கு, மாட்டுக்கறி ஊறுகாய், எண்ணெய்யில் வறுத்த காரமான மசாலா கடலையெல்லாம் ஹாலுக்கு வரும். பத்துமணிக்குத் துவங்கும் இந்த விருந்துக்கு எட்டுமணியில் இருந்தே அறை தயாராகும்.

டி நன்றாகச் சமைக்கவும் செய்வான். சமையலுக்கு அவன் தயாராவதே அழகாக இருக்கும். சிக்கன் அவனுக்குப் பிடித்த உணவு. அதற்காக அவன் முதலில் வெள்ளைப் பூண்டை அழகாக வட்டம் வட்டமாக நறுக்குவான். நறுக்கி முடித்ததும் பால்கனியில் நின்று சிகரெட் புகைப்பான். (சிகரெட் புகைப்பது உடல் நலத்திற்குத் தீங்கானது என்று இன்று இந்த இடத்தில் எழுத வேண்டிய அவசியம் இல்லை – நல்ல காலம்) தூரத்தில் தெரியும் கடலைப் பார்த்துப் புகைவிடுவான்.

"டேய் நான் சென்னைக்கு வர்றது எதுக்குத் தெரியுமா? இந்தப் பால்கனியில் இருந்து தம் அடிக்கத்தான்... இந்த ஊரோட அழகு எதுன்னு சொல்லு?"

"தெரியல."

"கடல் இல்லைன்னு வச்சுக்கவே. இந்த ஊர்ல கழுதை கூட இருக்காது."

சிகரெட்டை பால்கனிச் சுவரில் அழுத்தி அணைத்து அருகில் இருக்கிற ரோஜாப் பதியன்களின் வேருக்குப் போட்டு விட்டுத் திரும்பவும் அடுப்பங்கரைக்கு வருவான். தான் வெட்டிவைத்த வெள்ளைப் பூண்டின் ஒரு வட்டத்தை எடுத்து இது எப்படி இருக்கு என்று கேட்பான்.

"தெரியல..."

"சும்மா சொல்லு…"

"நிலா மாதிரி."

"ஸ்டிக்கர் பொட்டு மாதிரி இல்ல.. நல்ல கறுப்பான பொண்ணுக்கு இதை வச்சா அழகா இருக்கும். ஏண்டா பொண்ணுங்களுக்கு ஒயிட் கலர்ல ஸ்டிக்கர் பொட்டு வர்றதில்ல…"

போச்சுடா ஆரம்பிச்சுட்டாண்டா என்று நினைக்கும் போது நித்தில் உள்ளே வருவான்.

"நீ சொல்லு டி…" என்று ஆரம்பித்து வைப்பான்.

"இரு வந்துட்டேன்" என்று சிக்கனை அடுப்பில் வேக வைத்துக் குழாயில் கைகழுவி ஹாலுக்கு வந்து இன்னொரு சிகரெட் பற்றவைப்பான்.

"நானும் யோசிக்கிறேன்… ஒயிட் கலர்ல ஏன் லிப்ஸ்டிக் இல்ல… ஹா… ஹா…"

அந்தச் சிரிப்புக்கு அர்த்தம் அவனுக்கு மட்டுமே தெரியும்.

அடுப்பிலிருந்து சிக்கன் வாசனை ஹாலுக்கு வரும். இனி டி சொல்லத் துவங்குவதெல்லாம் மாமிசக் கதைகள். இந்த வாசனையை வயதில் மூத்த பெண்களுடனான முத்தங் களோடு ஒப்பிட்டுச் சொல்லுவான்.

கதையின் துவக்கத்தில் டிக்கு ஒரு கெட்டபழக்கம் உண்டு என்று சொன்னேன் இல்லையா. அந்தக் கெட்டபழக்கம் இது தான். விலைமாதர்களின் சகவாசம். இதைப் பற்றி அவனிடம் விவாதம் செய்தால் "சாக்லேட் சாப்பிடுவது இதயத்திற்கு நல்லது மச்சி…" என்று சிரிப்பான்.

"என்னுடைய முதல் சாக்லேட்டை நான் எனது பனிரெண்டாவது வயதில் சாப்பிட்டேன்."

"ஏன் சாக்லேட்னு சொல்ற?"

'நான் சொல்லலைப்பா. ஓஷோ சொல்றார். உலகமே ஒரு கேன்டி ஸ்டோர். ஹா ஹா ஹா…"

"அந்தச் சாக்லேட்டின் பேர் என்ன?" என்று சீனி கேட்டான்.

"லேக்டோ கிங். ஹா. ஹா. ஹா…"

"பேரைக் கேட்கிறதில மனுஷனுக்கு இருக்கச் சந்தோஷம் இருக்கே..."

"ஒண்ணு தெரியுமா இவனும் நானும் ஒருநாள் பாண்டிச்சேரிக்குப் போனோம். இவன்தான் சொன்னான். மச்சி நானும் சாக்லேட் சாப்பிடணும்டான்னு. சரி வான்னு போனோம். அங்க கடற்கரையில் ஒரு பொண்ணு நின்னிட்டிருந்தா... அவளைப் பாத்ததும் கண்டுபிடிச்சிட்டேன்."

"எப்படிக் கண்டுபிடிச்ச..." என்றான் நித்தில்.

"உள்ளுணர்வு சொல்லும். உதாரணத்துக்கு ஒரு பொண்ணு பேரு ராணின்னு வச்சுக்க. உடனே லைன் க்ளீயர் ஆயிரும்..."

"அதெப்படி?"

"எப்படியெல்லாம் தெரியாது. எனக்கு எட்டு ராணியத் தெரியும். அந்தப் பேருக்கு அப்படி ஒரு ஆம்பள ராசி."

"சரி சொல்லு..."

"அவளைப் பாத்துச் சிரிச்சேன். அவ நடந்து என் பக்கத்துல வந்து நின்னு பீர் சாப்பிடலாமான்னு கேட்டா. அவ சொன்ன ஒரு பாருக்குப் போனோம். அங்க போனதும் இவன் என்ன செஞ்சான் தெரியுமா?"

"இரு நான் சொல்றேன். அங்க பீர் ஒரு க்ளாஸ்ல நுரைக்க நுரைக்கக் குடுத்தாங்க. அவ என்னைய கிறங்குறமாதிரிப் பாத்துகிட்டே அந்தப் பீர் க்ளாஸை எடுத்து அது மேல இருக்க நுரைய சர்ர்னு சத்தம் வர்ர மாதிரி உறிஞ்சுனா..."

நண்பர்கள் சிரித்தார்கள்.

"அதுக்கென்ன?"

"அதுக்கென்னவா... எனக்கு ஒருமாதிரி ஆயிருச்சு..."

"பேர் கேட்டிருப்பானே..."

"அங்கதான் பிரச்சினை..."

"பேரை வச்சு கவிதை எழுதுவியா சீனி?"

"பேர்தாண்டா எல்லாம். அது உங்களுக்குப் புரியாது..."

"அவ என்ன பேர் சொன்னா?"

"என்னையைப் பாத்து நீ சரிதான்னு கூப்பிடு. இவனப் பாத்து நீ ஜெயந்தின்னு கூப்பிடுன்னு சொன்னா"

"அப்புறம் என்னாச்சு?"

"இவன் அழறான். ஏன்டான்னு கேட்டா சொல்ல மாட்டேங்கிறான். ஹோட்டல் வாசல் வரைக்கும் போயிட்டோம். அங்க வந்து நின்னுட்டு இவன் வரலைங்கிறான்... சரி அப்புறம் நான் மட்டும் எப்படின்னு யோசிச்சு அவ கையில் ஒரு ஐந்நூறு ரூபாயைக் குடுத்திட்டு ரூமுக்கு வந்துட்டோம். ரூமுக்கு வந்தா தேம்பித் தேம்பி அழறான். ஜெயந்தின்னு ஒரு அய்யர் பொண்ணை இவன் லவ் பண்ணுனானாம். அவ காலையில வாசல்ல வந்து ஈரக்கூந்தல். அது என்ன மச்சி..."

உடனே சீனி போதையில் கோணலாக ஒரு சிரிப்புச் சிரித்துக் கையைக் கோணம் பார்ப்பது மாதிரி வைத்துக்கொண்டு சொல்லத் துவங்குவான்.

"தலைக்குக் குளிச்சிட்டு ஈரக்கூந்தலோட தலைக்கு ஒரு லைட்கலர் துண்டுல வேடுகட்டிட்டு காலைச் சாய்ச்சு ஒரு மாதிரி நளினமா உட்கார்ந்து..."

"எப்படி மச்சி, இண்டியன் டாய்லெட்டுல உட்கார்ர மாதிரியா" என்று டி கேட்க "அய்யோ..." சீனி தன் காதைப் பொத்த எல்லாரும் விழுந்து விழுந்து சிரிப்பார்கள்.

"பெண் என்பவள் தேவதை. கவிதை"

"பொம்பளைன்னா மாம்சம். அதென்னடா நித்தில் கால்கிலோ கறி..." சீனி அவன் வாயை மூடுவான்.

"உங்க கூடத் தண்ணி அடிக்குறதுக்குக் கழுத மூத்திரத்தைக் குடிக்கலாம்..."

"பொம்பளக் கழுதையா மச்சி."

சீனி தலையில் அடித்துக்கொண்டு பால்கனிக்கு எழுந்து போய் நின்று புகைப்பான்.

"சிக்கன் வாசம் அறைமுழுக்க நிரம்பும். சிக்கன் பச்சையா இருக்கும்போது கவிச்சி அடிக்கும். அது வேக வேக வாசம் மாறும். உப்பு போட்டதும் ஒரு வாசம் தெரியுமா? வாசத்தை வச்சே நான் உப்புப் போதுமா பத்தாதான்னு சொல்லிருவேன்."

"அதெப்படி?"

"வாசம்தான் மச்சி எல்லாம். ஒவ்வொரு பொழுதுக்கும் வாசனை இருக்கு. ஒவ்வொரு மரத்துக்கும் வாசனை இருக்கு.

ஒவ்வொரு உடம்புக்கும் ஒரு வாசனை இருக்கு. கூடலுக்கு ஒரு வாசனை இருக்கு தெரியுமா? நீங்கள்லாம் சின்னப் பசங்க உங்களுக்குத் தெரியாது.."

"டி ஒரு சந்தேகம்..."

"கேளு."

"அதெப்படி டி தெரியாத பொண்ணோட எல்லாம்."

"பொண்ணுல என்ன தெரிஞ்சது தெரியாதது. எல்லாம் ஒண்ணுதான். பத்து நிமிஷத்தில லவ் பண்ண ஆரம்பிச்சிருவேன். செக்ஸ்ல ஒண்ணுமே இல்ல மச்சான். அன்புதான். அதுவும் மொழி தெரியாத பொண்ணுன்னு வச்சுக்க. அடடா... இதுல நம்ம குரு கண்ணதாசன்தான்."

"அவர் எழுதுன வனவாசம் படிச்சிருக்கேன்..." என்று அறைக்குள் திரும்ப வருவான் சீனி.

"நீ படிக்க மட்டும் செய்யி. நம்மல்லாம் நோ தியரி. ஒன்லி ப்ராக்டிகல்."

இரவு உணவு முடிந்ததும் அங்கிருந்து காலாற நடந்தால் கடற்கரை. அப்போது செல்போன் இல்லையென்பதால் ஒருவருக்கொருவர்தான் பேச வேண்டும். நித்திலன் போதை ஏறிவிட்டால் கண்களைச் சிமிட்டிக்கொண்டு மேவாய்ப் பல் முழுக்கத் தெரிய சிரித்துக்கொண்டே இருப்பான். சீனி வாந்தியெடுக்கத் துவங்குவான். ஜெகா அழுவான். எதற்கு என்று ஒருபோதும் சொல்ல மாட்டான்.

டி எவ்வளவு போதையிலும் நிதானமாக சிகரெட் புகைப்பான். எல்லோரும் சீக்கிரம் தூங்கிவிடுவார்கள். சீக்கிரம் என்பது இரவு பன்னிரெண்டு மணி. நானும் டியும் விழித்துக்கொண்டிருந்தோம். நான் எழுந்து அறையில் நிரம்பியிருக்கும் சிகரெட் புகை வெளியில் போகட்டும் என்று சன்னலைத் திறந்துவைத்தேன்.

"இது ஹேண்டிகிராப்ட்தான..." சன்னலோரம் இருந்த மண் பொம்மைகளைக் கேட்டான்.

"ஆமா..."

"எங்க வாங்குன..."

"இங்க வள்ளுவர் கோட்டத்தில ராஜஸ்தான் ஃபேர் ஒண்ணு நடந்துச்சு... அதில..."

டி சிகரெட் புகையை நீளமாக ஊதிச் சிரித்தான்.

"எதுக்கு, எதுக்குச் சிரிக்குற?"

"இந்த ரூம்ல எல்லாமே ஹேண்டிகிராஃப்ட்தான்."

நானும் சிரித்தேன்.

"நீ சாக்லேட் சாப்பிட்டிருக்க?"

"இல்ல டி."

"நாளைக்குச் சாப்பிடலாமா?"

"ம்" என்று மையமாகத் தலையாட்டி வைத்தேன்.

அவன் சென்னையில் தங்கியிருக்கும் நாட்களில் கடைசி நாளுக்கு முந்தின நாள் காரை எடுத்துக்கொண்டு போகிறவன் நள்ளிரவில்தான் வருவான். வந்தவுடன் குளித்துவிட்டுப் பால்கனியில் நின்று சிகரெட் புகைப்பான். பிறகு தூங்கிவிடுவான். மறுநாள் காலையில் நாங்கள் தூங்குவதால் சொல்லாமல் கிளம்பிவிடுவான்.

அவனது இன்னொரு பழக்கத்தை நான் சொல்ல மறந்து விட்டேன். இரவு எந்தப் பெண்ணுடன் தங்கியிருக்கிறானோ அவளிடமிருந்து எதையாவது திருடிக்கொண்டு வந்து விடுவான்.

"அவ பாத் ரூம் போவா. அப்ப அவள் ஹேண்ட் பேக்கில என்ன இருக்குன்னு தேடிப்பாக்குறது ஒரு பொழுதுபோக்கு."

"ஹோட்டல்லயா..."

"ஹோட்டல் நமக்குப் பிடிக்காது. வீட்டுச் சமையல்தான். சென்னையில அதுக்குன்னே நிறையா வீடுகள் இருக்கு."

"வீட்லன்னா. பேமிலியா" என்று சீனி அக்கறையாகக் கேட்பான்.

"சில வீடுகள்ல புருஷன்தான் நம்மளக் கூட்டிப் போறதே."

சீனி கண்களை விரிப்பான்.

"கூடலும் கூடல் நிமித்தமும்."

"உன் நண்பனைக் காட்டு நீ யாருன்னு சொல்றேன்னு ஒரு பழமொழி இருக்கில்ல... அதுமாதிரி ஒரு பொண்ணோட ஹேண்ட் பேக்கைப் பாத்து அவளைப் பத்திச் சொல்ல முடியும்."

"ஏன் திருடுற?"

"பொண்ணுங்க ஸ்டிக்கர் பொட்டு காணாமப்போனா கூடத் தேடுவாங்க. நம்ம வந்த உடன அவங்க தேடட்டும்."

"அதுல ஒரு சந்தோஷமா?"

டி புகையை ஊதிச் சிரிப்பான்.

ஒவ்வொருமுறையும் அவன் திருடிக்கொண்டு வருகிற பொருட்கள் சுவாரஸ்யமாக இருக்கும். பாதித் தீர்ந்த லிப்ஸ்டிக், ஹேர் க்ளிப், ப்ரேசியரில் இருந்து விழுந்த கொக்கி, டிஷ்யூ பேப்பர் நடுவில் மடித்துவைத்துக் கொண்டுவந்த நீளமான தலைமுடி.

சீனி அதை மெதுவாக எடுக்க நித்தில் இன்னொரு முனையைப் பிடித்துக்கொண்டு நடக்கக் கம்பிபோல இருந்த அந்த முடி நான்கு அடி நீளமிருக்கும்.

"புடுங்கினியா."

"போடாங்."

எல்லோரும் சிரிப்பார்கள்.

"கார்ல வரும்போதுதான் கவனிச்சேன். தலையில சம்பந்தமே இல்லாம நீளமா எதோ ஆடுதேன்னு... இழுத்தா வந்துகிட்டே இருக்கு. சீனி கவிதை எழுதுவான்னு எடுத்துட்டு வந்தேன்..."

"இதை வச்சு அந்தக் காலத்தில சாமுத்ரிகா லட்சணத்தையே எழுதிருவாங்க" என்றான் சீனி.

"நலம் கொண்ட நாயகி நல் அரவின் படம் கொண்ட அல்குல்..."

"அப்டீன்னா?" என்பான் நித்தில்.

"கவிஞரே சொல்லுங்க."

"அரவுன்னா பாம்பு. நல் அரவுன்னா நல்ல பாம்பு. அது படம் எடுத்த மாதிரி இருக்காம்.."

"எது?"

டி கையை ஆசிர்வாதம்செய்வதுமாதிரி அவனை நோக்கிச் செய்ய, எல்லோரும் திரும்பவும் சிரிப்பார்கள்.

"இதெல்லாம் உனக்கெப்படித் தெரியும் டி?"

"நம்ம ஆளு சொல்லுவாப்ல குணா படத்தில."

ஒருநாள் அவன் தன் சட்டைப் பையிலிருந்து ஓரத்தில் K என்று சிவப்பு நூலில் பின்னிய கைக்குட்டையை எடுத்தான்.

அந்தக் கைக்குட்டையின் வாசனை என்ன என்று ஒருமுறை எங்களுக்குள் பந்தயம் கட்டினான்.

"ஏய் இதெல்லாம் பாவம்."

"பாவம்னா நீ ஆட்டத்துக்கு வராத."

"கவிஞா. நீ சொல்லு."

"இது குட்டிக்குர்ரா பவுடரும் பேர் அண்ட் லவ்லியும் கலந்த வாசனை."

"கரெக்ட்... இந்தக் கர்சீப்பை நீயே வச்சுக்க. அடுத்தத் தடவ உனக்கு ஒரு பேண்டீஸ்."

"அய்யய்யோ வேணாம்ப்பா" என்று சீனி நெளிந்தான்.

"எப்படிக் கரெக்டா சொன்ன?"

"பூசு மஞ்சள் பூசு. குட்டிக்குர்ரா போடு. சாமத்தில் மல்லாத்திக் கிடக்க நான் வருவேன்."

"நல்லாயிருக்கே."

"விக்ரமாதித்யன் எழுதுனது."

"அதானே. உன்னால எல்லாம் இதை எழுதவே முடியாது. ஹா... ஹா... ஹா.'

இந்த முறை நானும் டியுடன் செல்வதுதான் ஏற்பாடு.

"நீ எப்படி... என்கூட உள்ள வருவியா. இல்ல சீனி மாதிரி வாசல் வரைக்கும்தானா?"

"வாசல் வரைக்கும்தான். புள்ளிராஜா விளம்பரத்தைப் பாத்ததுல இருந்து பயம்."

"ஹா... ஹா... ஹா. அது புள்ளிராஜாவுக்குத்தான் வரும் நமக்கெல்லாம் வராது."

"இல்ல. அந்தமாதிரிப் பொண்ணுங்க எப்படி இருப்பாங்கன்னு பாக்கணும்."

"சரி... வா."

"புடிச்சிருந்தா உள்ள வருவேன்."

இரவு எட்டுமணியிருக்கும். நாகேஸ்வரராராவ் பூங்கா அருகில் ஓரமாகக் காரை நிறுத்திவிட்டு நடந்து போனோம். நடக்க நடக்க என் கால்களில் ஒரு நடுக்கம் கூடி வருவதை உணர்ந்தேன். 'அழகியுடன் உல்லாசமாக இருந்த வாலிபர் கைது' என்று என் படம் தினத்தந்தியில் வருவது மாதிரிக் கற்பனைகள் வந்தன. புள்ளிராஜாவுக்கு எய்ட்ஸ் வருமா என்ற விளம்பரம் கண்ணில் பட்டுக்கொண்டே இருந்தது.

டி வழியில் இருந்த வண்டிக் கடையில் வாழைப்பழங்கள் வாங்கிக்கொண்டான். தெரிகிற மாதிரி ப்ளாஸ்டிக் பையில் வைத்து அதைக் கையில் எடுத்துக்கொண்டான். அடுக்கடுக்கான வீடுகள் இருக்கும் தெருக்களைக் கடந்து ஒரு வீட்டின் அருகே டி நின்றான். முதல் மாடியின் பால்கனியில் நைட்டி அணிந்து ஒரு பருமனான பெண் நின்றுகொண் டிருந்தாள். அவள் கையில் குழந்தை இருந்தது.

டி அவளைப் பார்க்க அவள் பார்த்த பார்வையில் ஏதோ சமிக்ஞை பரிமாற்றம் நிகழ்ந்தது. என்ன வர்றியா என்பது மாதிரி டி என்னைப் பார்த்தான். நான் இல்லையென்பது போலத் தலையாட்ட அவன் பதில் ஏதும் பேசாமல் குறுகலான மாடிப்படிகளில் ஏறிப்போய் மறைந்தான்.

நான் சற்றுத் தள்ளியிருந்த தெருவிளக்கின் அடியில் நகம் கடித்துக்கொண்டு நின்றேன். திரும்ப அந்தப் படிகளில் ஏறிவிடலாமா? அந்தப்பெண் முப்பது வயதுகளில் குண்டாக வேறு இருக்கிறாள். அழுக்கு நைட்டி. குழந்தை வேறு கையில் இருக்கிறது. அய்யே.

டி மேலே போன சில நிமிடங்களில் நாற்பது வயதுகளில் இருக்கும் ஒருவன் பேண்ட் சர்ட் அணிந்து படிகளில் இறங்கி நடந்து வந்தான். நான் நிற்கும் திசையை நோக்கி நடந்து வர எனக்குத் திரும்பவும் கால் நடுக்கம் வந்து எதுவும் தெரியாத மாதிரி வந்த திசையில் நடந்தேன். வந்தவன் என்னை வேகமாகக் கடக்கையில் பக்கவாட்டில் அவன் முகத்தைப் பார்த்தேன். இவன்தான் அந்த ஆள்பிடிக்கும் கணவனா?

டியின் கார் இருக்கும் இடத்துக்கு வந்து கொஞ்ச நேரம் நின்றேன். எவ்வளவு நேரம் காத்திருப்பது? டி இன்னேரம் என்ன பேசுவான்? எப்படித் துவங்குவான்? நானும் போயிருந்தால் காத்திருக்க வேண்டுமா? சாந்தோம் கடற்கரை மணலில் நடந்தேன்.

வழியில் பெண்கள் எதிர்ப்படும்போது ஏனோ தலைகுனிந்துகொண்டேன். அதில் ஒருத்தி சில்வர் பட்டன்கள் வைத்த டீசர்ட் அணிந்து கடந்துபோனாள். எப்போதோ பார்த்த நீலப்படத்தில் வரும் பெண் நினைவுக்கு வந்து போனாள். ஒரு பஸ்ஸ்டாப்பில் உட்கார்ந்திருந்தேன். மீசை முடியை இழுத்துக் கடித்து, கடித்த முடியை விரலில் எடுத்துப் பார்த்துத் துப்பிக்கொண்டிருந்தேன்.

திரும்பக் காருக்கு வரும்போது பத்துமணியைக் கடந்து விட்டது. டி காரில் சாய்ந்து சிகரெட் புகைத்துக்கொண் டிருந்தான். அவன் காலுக்குக் கீழே நான்கைந்து சிகரெட் துண்டுகள் கிடந்தன.

என்னைப் பார்த்ததும் ஏதும் சொல்லாமல் காரில் ஏறி அமர்ந்தான். நானும் அமர்ந்தேன். கார் கதவைச் சாத்தியதும் மல்லிகைப்பூ வாசம் கார் முழுக்க நிறைந்தது. வழியில் எதுவும் அவன் பேசவில்லை. நானும் எதுவும் கேட்கவில்லை.

அறைக்குப் போகாமல் அங்கிருந்து கடற்கரைக்கு நீண்டு செல்லும் சாலையில் காரை நிறுத்தி இறங்கினான். நானும் இறங்கி நின்றேன். சட்டைப்பையிலிருந்து சிகரெட் பாக்கெட்டை எடுத்து நீட்டினான். அதிலிருந்த கடைசி சிகரெட்டை எடுத்துக்கொண்டதும் சிகரெட் பாக்கெட்டை காற்றில் வீசினான். அது திரும்பப் பறந்துவந்து கார்பேனட்டின் மீது விழுந்தது.

"ஏன் நீ வரல..."

"எனக்கு அந்தக் குண்டம்மாவைப் பாத்ததும் பிடிக்கல..."

"அவ வீட்டுக்காரி. அங்க இருந்த பொண்ணு வேற. ஒல்லியா கறுப்பா இருந்தா."

"அழகா இருந்தாளா?"

"மூஞ்சியைக் காட்டவே இல்ல."

"வெட்கமா?"

"தெரியல. முகத்தைக் கையில மூடிட்டு உட்கார்ந்திருந்தா. ப்ரொபைல் பாத்தேன். நைஸ். காதோரம் பூனை முடி..."

பேனட்டில் கிடந்த சிகரெட் பாக்கெட் அடுத்த காற்றில் பறந்து கீழே விழுந்தது.

"எனக்கு வெளிச்சமா இருந்தாத்தான் பிடிக்கும். லைட்டைப் போட்ட உடனே, வேணாம்ண்ணே...ன்னு குனிஞ்சு முகத்தை மூடிக்கிட்டே சொன்னா."

"அண்ணனா?"

"சொன்னா என்ன? அண்ணன் என்னடா தம்பி என்னடா அவசரமான உலகத்திலே" புகையை அலட்சியமாக ஊதினான்.

"மாமான்னா மறுநாளு. அண்ணேன்னா அன்னிக்கே." டி சிரித்தான்.

"வெளிச்சத்தில உட்கார்ந்திருக்கோம். முகத்தில் இருக்கிற கையை எடுக்காம 'ப்ளீஸ்...'னு சொன்னா. கெஞ்சுனா மனசு கேக்காதே. நான் எந்திரிச்சு விளக்கை அணைச்சேன். எப்பவும் பத்து நிமிஷம் பேசிட்டு ஐ லவ் யூல்லாம் சொல்லிட்டுத்தான் ஆரம்பிப்பேன். இருட்டுக்குள்ள என்ன பேசுறது? அஞ்சு நிமிஷம் சைலண்டா உட்கார்ந்திருக்கேன்."

"இந்தச் சைலண்டெல்லாம் நமக்கு செட் ஆகாது. ஓகேன்னு ஆரம்பிச்சேன். ஆரம்பிச்சதும் அழறா. சிலது வலிக்குதுன்னு நடிக்கும். சிலது அழும். இதெல்லாம் சகஜம். வாயை மூடிக்கிட்டு அழறா. முடிஞ்ச பிறகும் அழுதாளா எனக்குச் சந்தேகம். என்னாச்சு டியர்னு கேட்டேன். அழுதுக்கிட்டே டிரஸ்ஸைப் போட்டுட்டு இன்னொரு ரூமுக்குள்ள ஓடிட்டா. உள்ள அந்தப் பொம்பள என்னமோ கேக்குறா. இவ பதில் சொல்லாம அழறா. இவங்க பிரச்சினை நமக்கு எதுக்குன்னு கிளம்பும்போதுதான் மூலையில இருந்த ஹேண்ட்பேக்கைப் பாத்தேன். இதைச் சுட்டுட்டு வந்துட்டேன்."

சட்டைப்பையில் இருந்து ஒரு காகிதமடிப்பைக் கொடுத்தான். அவை ஒன்றுடன் ஒன்று சேர்த்து மடிக்கப்பட்ட இரண்டு இன்லேண்ட் கடிதங்கள். கடற்கரை இருளில் அதன் நீலம் பழுப்பு நிறமாகத் தெரிந்தது.

அறைக்கு வந்ததும் டி குளிக்கப் போனான். சட்டைப் பையிலிருந்து அவன் கொடுத்த கடிதங்களை எடுத்தேன். ஒன்று முனைகள் மடிந்த பழைய இன்லேண்ட் கடிதம். இன்னொன்று புதிதாக இருந்தது. பழைய கடிதத்தின் முகவரியில் இருந்த பெயரை மட்டும் பார்த்தேன். ச. கற்பகவள்ளி என்று எழுதி தியாகராய நகரின் ஒருதுணிக்கடை முகவரி இருந்தது. அனுப்புநர் பெயரைப் பார்த்தேன் ஜமுனா, டி கல்லுப்பட்டி என்று இருந்தது.

செழியன்

பிரித்துப் படிக்கும் தைரியம் இல்லை. பிறகு படிக்கலாம் என்று வண்டிசாவி வைக்கும் ஷெல்பில் வைத்துவிட்டு உடை மாற்றினேன். ஜீன்ஸைக் கழற்றும்போது கால்மடிப்பிலிருந்து கடற்கரை மணல் துகள்கள் தரையில் சிதறின.

டி வழக்கம்போலக் காலையில் சொல்லாமல் கிளம்பி விட்டான். நான் அலுவலகம் கிளம்பும்போது திரும்பவும் மடிந்திருக்கும் அந்தக் கடிதங்களைப் பார்த்தேன். ஒன்றும் தோன்றவில்லை. கிளம்பிவிட்டேன்.

இரவு தனியாக ஒரு பியர் போத்தலுடன் பால்கனியில் அமர்ந்திருந்தேன். எழுந்துபோய் அந்தக் கடிதங்களை எடுத்து வந்தேன்.

ஜமுனா அனுப்பிய கடிதத்தை முதலில் பிரித்தேன்.

“சிரஞ்சீவி மகள் கற்பகத்துக்கு
உன் அம்மா எழுதுவது.

இங்கு நானும் கனகாவும் நலம். நீ எப்படியிருக்க. நேரத்துக்குச் சாப்பிடு. கடையில ரொம்ப நேரம் நிக்குறதுனால கால் வலிக்குதுன்னு எழுதியிருந்த. கவலையா இருக்கு, வேற வேலை கிடைச்சா மாறிரு. நீ படிச்சதுக்கு உக்காந்து பாக்குற கணக்கு வேலை எதாச்சும் கிடைக்கும். ஞாயித்துக்கிழமை லீவுதான. அன்னிக்கு அலையாம ரூம்புலேயே இரு.

கனகா பொறுப்பா இருக்கா. நல்லா படிக்குறா. இன்னும் ரெண்டு வருஷப்பாடு. அப்புறம் உங்கிட்டதான் வர்ரேன்னு சொல்றா. போனமாசம் சீட்டு எடுத்தேன். கசடு போக நாலாயிரம் வந்துச்சு. இவதான் வெறுங்காதோட காலேஜ் போக மாட்டேன்னு அழுதா. அடகு வச்சிருந்த பொட்டுத்தோடை மீட்டுட்டேன்.

தள்ளிப்போச்சுன்னு சொன்ன. சரியாயிருச்சா. நேரத்துக்குச் சாப்பிடு. தலைக்குக் குளி. தங்குற இடம் மாத்துறேன்னு சொன்ன, மாத்தியாச்சா? கட்டிக் குடுக்கிற வயசில உன்னைய இப்படி வெளியூர்ல வேலைக்கு அனுப்பீட்டு நிம்மதியாவா இருக்க முடியுது. கைம்பொண்டாட்டி வளத்த புள்ளைன்னு ஒரு வார்த்தை யாரும் சொல்லீறக்கூடாது கற்பகம். நீ பொறுப்பான புள்ள. சூதானமா இருக்கணும்.

அம்பத்தூர்ல இருக்க மாமா பேசுனானா? உனக்கு ஒரு மாப்பிள்ளை பாக்கச் சொல்லியிருக்கேன். அவன் இன்னும் ஒண்ணும் சொல்லல. பொங்கல் வருது. உனக்கு லீவுதான

வந்துட்டுப் போ. இந்தப் புள்ள படிக்குறதுக்கு நிறையா செலவாகுது. லட்சுமிக்குப் பால் குறைஞ்சிருச்சு. அதான் அதை வித்துறலாம்னு பாக்குறேன்."

அக்கா ...

ஹவ் ஆர் யூ. ஐ. யாம் ஃபைன். பாலிடெக்னிக் ஜாலியா இருக்கு. மினி டிராப்டர், கால்குலேட்டர், லேப் யூனிபார்ம் எல்லாம் வாங்கணும். டூ தவுசண்ட் ஆகும். அனுப்புறியா..? அப்புறம் நீ வேலைபாக்குற கடையில் பம்பாய் சுடிதார் (மணீஷா கொய்ராலா மாடல்) வாங்கி அனுப்பு.

இப்படிக்கு
அம்மா.

அடுத்த கடிதத்தைப் பிரித்தேன். அது இன்னும் முழுமையாக எழுதப்படாமல் ஒருசில வரிகளே எழுதப்பட்டிருந்தன. பால்பாயிண்ட் பேனாவால் எழுதிய அழுத்தம் கடிதத்தின் மறுபக்கம் புடைப்பாகத் தெரிந்தது.

"அன்புள்ள அம்மா,

நான் இங்கு நலம். அந்த வேலையை விட்டுவிட்டேன். உன்னிடம் நிறையப் பேச வேண்டும். உன் கையைப் பிடித்துக்கொள்ள வேண்டும் (ஒரு வரி முழுக்க எழுதியது தெரியாமல் அடிக்கப் பட்டிருந்தது.).

மாட்டை இப்ப விற்காதே. நான் ஒருமுறை வந்து பார்த்ததும் விற்கலாம் (இன்னும் ஒருவரி எழுதி முழுக்க அடிக்கப்பட்டிருந்தது.).

அம்மா ... இங்கு ..."

அவ்வளவுதான் எழுதப்படாத பக்கத்தின் வெறுமையைப் பார்த்துக்கொண்டிருந்தேன். கடிதத்தை மடித்துக் கையிலேயே வைத்திருந்தேன். போதை முற்றிலும் இறங்கிவிட்டது. கடற்கரைவரை நடந்து அங்கிருந்த திண்டுச்சுவரில் அமர்ந்து சிகரெட் புகைத்தேன்.

அடுத்த இரண்டு நாளில் வந்த சனிக்கிழமை டி மாடியேறிப் போன அந்த வீட்டிற்குப் போனேன். துணிச்சலாக அந்தப் படிகளில் ஏறி முதல் மாடியில் இருந்த அந்த வீட்டின் முன்னால் நின்றேன். உள்ளே டிவியில் 'இயற்கையென்னும் இளைய கன்னி' பாட்டு ஓடிக்கொண்டிருந்தது.

அன்று அந்த வீட்டிலிருந்து வெளியேறிய அந்த நாற்பது வயது ஆள் சட்டையில்லாமல் லுங்கி கட்டிக்கொண்டு தரையில்

உட்கார்ந்து வெள்ளைப்பூண்டு உரித்துக்கொண்டிருந்தார். அருகில் குழந்தை விளையாடிக் கொண்டிருந்தது. என் நிழல் விழுந்ததும் அவர் திரும்பினார்.

"யாரு வேணும்?"

"பாஸ்கரன்."

"அப்படி யாரும் இங்க இல்லை. நீங்க.."

அவர் எழ முயற்சிக்க நான் படிகளில் படபடவென்று இறங்கித் திரும்பிப் பார்க்காமல் நடந்தேன்.

மறுநாள் கடிதத்தின் முகவரியில் இருந்த துணிக்கடைக்குப் போனேன். சூப்பர்வைசர்கள்தான் பெயர்ப்பட்டி அணிந்திருந் தார்கள். நாலு மாடிகள் விரிந்திருக்கும் கடையில் ச. கற்பகவள்ளி எங்கு இருப்பாள்? எப்படி இருப்பாள்? வேலைசெய்யும் பெண்களின் முகங்களைப் பார்த்தேன். துணிச்சலாக ஒரு சூப்பர்வைசரிடம் போய்க் கற்பகவள்ளி என்று கேட்டேன்.

"நீங்க?"

"அவங்க ரிலேஷன்..." அங்கிருக்கும் கவுண்டரில் இருப்பவரிடம் விசாரிக்க அவர் ஏதோ சொன்னார். திரும்பி வந்து "அப்படி யாரும் இல்லைங்க..." என்றார்.

அறைக்கு வந்து பழைய கடிதத்தை எடுத்துப் பார்த்தேன். அது ஒரு மாதத்துக்கு முன்னால் எழுதப்பட்ட கடிதம். அன்று மாலை ரங்கநாதன் தெருக்கூட்டத்தில் கடந்து செல்லும் பெண்முகங்களைப் பார்த்துக்கொண்டிருந்தேன். துணிக்கடை யின் சீருடை அணிந்து மாம்பலம் ரயில் நிலையத்தில் ஒல்லியாக, அழகா கறுப்பாகச் செல்லும் பெண்களில் கற்பகவள்ளியைப் பார்க்க முடியுமாவெனக் காத்திருந்தேன்.

எதற்குக் காத்திருக்கிறேன்? கனகுவுக்கு அந்த இரண்டாயிரத்தைக் கொடுக்கவா? இல்லை காதோரம் பூனை முடி இருக்கும் அந்த முகத்தைப் பார்க்கவா? பார்த்து? பேசும் தைரியம் வருமா? என்ன பேசுவது? டியிடம் இதெல்லாம் சொன்னால் சிரிப்பான்.

அறைக்கு வந்தேன். ஷெல்பில் இருக்கும் கடிதத்தின் எடை தாங்காமல் இந்த அறையே மூழ்குகிற கப்பல்போல ஒருபக்கம் சாய்வதுபோல உணர்ந்தேன்.

பியர் பாட்டில் நுரைத்து வழிந்தது. கடிதத்தை சீனியிடம் கொடுக்கலாமா? அடுத்தவரின் உணர்வை அப்படிக் காட்சிப் படுத்தலாமா?

மனதில் எதுவும் நினைக்காமல் அறைக்குள் வந்து ஒரு முடிவோடு அந்தக் கடிதத்தைக் கையில் எடுத்தேன். கற்பகவள்ளி மன்னித்துக்கொள் என்று சொல்லிக் கடிதத்தைச் சுக்கலாகக் கிழித்துப் பால்கனிக்கு வந்து நின்று விசிறினேன். தெரு விளக்கின் மஞ்சள் வெளிச்சத்தில் கடிதத்தின் துணுக்குகள் சுழன்று வீழ்வதைப் பார்த்துக்கொண்டிருந்தேன்.

காற்றின் விசிறலில் இரண்டு துணுக்குகள் மட்டும் பறந்து வந்து என் காலடியில் விழுந்தன. விரல்குவித்துக் கவனமாக எடுத்து மெதுவாகக் காற்றில் விட்டேன். அது கொஞ்ச தூரம் சுற்றிக்கொண்டே கீழே போய் வேகமெடுத்து என் தலைக்கு மேலே பறந்து சென்று இருளில் மறைந்தது.

கொஞ்ச நேரம் தெருவைப் பார்த்துக்கொண்டு நின்றேன். பிறகு மீதமிருக்கும் பியரைக் குடித்து முடித்தேன்.

2015

11

இரண்டு பாடகர்கள்

1

டீச்சர் வேலையில் இருந்து ஓய்வு பெறுவதற்கு முன்பாகவே அம்மாவுக்கு அடிக்கடி உடல்நலம் சரியில்லாமல் போனது. மூட்டு வலியும் அதற்கான மருத்துவங்களும் தொடர்ந்து பலவீனத்தைத் தந்துகொண்டே இருந்தன. அந்த நாட்களில் நானும் சரியான வேலையில்லாமல் இலக்கியக்கூட்டங்கள், திரைப்பட முயற்சிகள் என்று சென்னைக்கும் ஊருக்கும் அலைந்து கொண்டிருந்தேன். பாதி நாட்கள் அம்மாவுடன் தான் இருந்தேன்.

மதிய நேரங்களில் சுவரை ஒட்டிப்போடப்பட்ட பச்சை நிற இரும்புக்கட்டிலில் அம்மா காலைத் தொங்கவிட்டுத் திரும்பி உட்கார்ந்திருக்க நான் அருகில் தரையில் உட்கார்ந்திருந்தேன். வாசல் கதவை ஒட்டி வீட்டின் மூலையில் இருந்த கலர் டிவியில் 'உயர்ந்த மனிதன்' ஓடிக்கொண்டிருந்தது. நான் டிவியைப் பார்ப்பதைவிட அவ்வப்போது திரும்பி அம்மாவின் முகத்தைப் பார்த்துக்கொண்டிருந்தேன்.

நகைச்சுவைக் காட்சிகள் வந்தால் அப்பாவியாகப் புன்னகைப்பதும், பிரச்சினைக்குரிய காட்சிகள் வந்தால் வாயை லேசாகத் திறந்து முகத்தைத் தீவிரமாக வைத்துக்கொள்வதும், சோகமான காட்சிகள் வந்தால் வழியும் கண்ணீரையும்

துடைத்துக்கொள்வதும் பாடல் காட்சிகள் வந்தால் மெதுவான குரலில் சேர்ந்து பாடுவதும் அம்மாவின் இயல்பு.

'நாளை இந்த வேளை பார்த்து ஓடி வா நிலா...

இன்று எந்தன் தலைவன் இல்லை சென்று வா நிலா...'

மெல்லிய குரலில் அம்மா சேர்ந்து பாடும்போது நான் அம்மாவின் முகத்தைப் பார்த்தேன். ஈடுபாட்டுடன் புருவத்தைச் சுருக்கிப் பாடுகிற அந்த முகத்தில் அம்மாவின் பதின் வயதுகள் தெரியும். நான் பார்ப்பது தெரிந்ததும் அம்மா பாடும் பாட்டு புன்னகையோடு மெதுவாக அடங்கும்.

'சத்தமாத்தான் பாடுங்களேன்..'

இல்லையென்று தலையசைத்துக் கொண்டே அம்மா வெட்கப்படுவதைப் பார்க்க அழகாக இருக்கும்.

'என்ன மாதிரி பாட்டுப்பா...'

'வாணி ஜெயராம்தானே...'

'இல்லப்பா... பி.சுசீலா...' என்று சொல்லிவிட்டு அதே மெலிதான குரலில் 'மல்லிகை என் மன்னன் மயங்கும் பொன்னான மலரல்லவோ...' இதுதான் வாணி ஜெயராம்...'

'பரவாயில்லையே இதெல்லாம் தெரியுது.'

'எனக்கு எல்லாம் தெரியும்' என்றோ 'இதுகூடவா தெரியாது' என்றோ சொல்லாமல், அம்மா முகத்தில் அப்போது ஒரு பாவனை வரும். தலையைக் குனிந்துகொண்டு கை விரலால் கட்டில் விரிப்பின் சுருக்கங்களைச் சரிசெய்துகொண்டே தலையை மட்டுமே இடமும் வலமுமாக அசைக்கிற அந்த பாவனை. அதில் வெட்கமும் இருக்கும். எதையோ இழந்த சோகமும் இருக்கும்.

'நான் சின்னப்புள்ளையா இருக்கும்போது பாடுவீங்களா...'

'பாட்டுப் பாடுனாத்தான் நீ தூங்குவ...'

'என்ன பாட்டு...'

'வேணாம்ப்பா...'

அப்படியே நகர்ந்து அம்மா அருகில் உட்காருவேன்.

'பாடுங்கத்தா...'

கொஞ்சம் அமைதி நிலவும். இந்த அமைதி வந்தால் அடுத்து, பாட்டு தான்.

நான் அப்படியே மெல்ல நகர்ந்து தரையில் உட்கார்ந்த படியே அம்மாவின் மடியில் தலையைச் சாய்த்தேன்.

அந்த அமைதியில் மின் விசிறி ஓடுகிற சத்தமும் சேர்ந்து கொண்டது.

'கண்ணன் வருவான் கதை சொல்லுவான்...'

அம்மாவின் கை இயல்பாக என் தலையை வருடத் துவங்கும்.

'வண்ண வண்ணத்தொட்டில் கட்டித் தாலாட்டுவான்.

குரலெடுப்பான் பாட்டிசைப்பான்

வலம்புரிச் சங்கெடுத்துப் பாலூட்டுவா...ன்

வலம்புரிச் சங்கெடுத்துப்...'

செருமலுடன் பாடல் நின்றது. திரும்பவும் மின்விசிறியின் சத்தமும், படம் ஓடும் சத்தமும் துவங்கின. நான் மெதுவாகத் தலையை நிமிர்ந்து பார்த்தேன். அம்மா தன் கண்ணாடியைக் கழற்றி அருகில் வைக்க, கண்களில் ஈரம் துளிர்த்திருந்தது.

'பாட்டெல்லாம் என்னைய விட்டுப் போயிருச்சு...'

நான் நகர்ந்து கட்டிலில் அருகே உட்கார்ந்து கொண்டேன். கட்டில் விரிப்பில் பிரிந்து தொங்கும் ஒற்றை நூலை அம்மாவின் விரல் சுற்றிக்கொண்டிருந்தது.

எதிரே திறந்த வாசல் கதவுக்கு வெளியே அப்பா கடந்து போனார். போறாரு என்பதுபோல தலையை அசைத்து அம்மா சைகையில் சொல்ல, 'கூப்பிடவா' என்று கேட்டேன். அம்மா வாயின் மேல் விரலைவைத்துத் தலையை வேண்டாம் என்று ஆட்டினார். அருகில் இருக்கும் சன்னலுக்கு வெளியே அவர் செருப்புச்சத்தம் கேட்டுத் தணிந்தது.

'என்னைய விட அவர் நல்லா பாடுவாரு...'

'அதுதான் தெரியுமே... அப்ப லவ்பண்ணும்போது ரெண்டுபேரும் ஒரே பாட்டுத்தானா...'

'சீ கருமம். ரெண்டுபேரும் ஒரு ஸ்கூல்ல வேலை பார்த்தோம். சிவகங்கையில இருந்து நாட்டரசன்கோட்டைக்கு ஒரே பஸ்ஸுல போவோம். அவ்வளவுதான்...'

'அவ்வளவுதான்...' என்று நான் கேலியாக இழுத்துச் சொல்ல அம்மாவுக்குச் செல்லக் கோபம் வந்தது. கோபம் வருவதற்காகத்தான் நானும் சொன்னேன்.

‘அந்த வயசில அப்பா அழகா இருப்பாரா?’

அப்போது வரும் வெட்கத்தைப் பாக்கணுமே... அதை ஒட்டி ஒரு புன்னகையும் வந்தது.

‘கேள்வி கேட்டா பதில் சொல்லுங்க டீச்சர்... சார் அப்ப அழகா இருப்பாரா?’

‘ஏன் இப்ப அவருக்கென்ன?’

‘ஓ...’

நான் சிரிக்க அம்மாவுக்கும் சிரிப்பு வரும்.

‘குருவிக்கூடு மாதிரி முன்னாடி முடிய சுழிச்சு விட்டிருப்பாரு... அப்பப்ப கூலிங்கிளாஸ் வேற...’

‘ஆமா...’

‘அந்த போட்டோல ரெண்டுபேரும் இருப்பீங்க.அதுல போட்டிருப்பாரே...’

‘ஆமா...’

‘ஓ... அதுலதான் டீச்சர் கொஞ்சம் மயங்கீட்டாகளோ...’

‘ஆமா . . . மயங்குறாக . . . இவன் ஒரு வெவஸ்தை கெட்டவன்... பேசாம இருப்பா...’

‘அப்புறம்...’

‘அவருக்குப் பொண்ணு பாத்தாங்க. நல்ல பொண்ணா இருக்கேன்னு தாத்தாகிட்ட பொண்ணு கேட்டு வந்தாங்க...’

‘கேட்டு வந்தாங்களா . . . இல்ல அப்பா கேட்கச் சொன்னாரா?’

‘அதெல்லாம் தெரியாது...’

‘கல்யாணத்துக்கு முன்னாடி பேசியிருக்கீங்களா?’

‘அந்தக் காலத்தில எங்க பேசுறது? வேலை உண்டு நாம உண்டுன்னுதான் இருப்போம். அத்தனை டீச்சர் வேலை பாத்தோம். அவரும் ஒருத்தர்கிட்டயும் கூட பேசமாட்டாரு...’

‘ஸ்கூல்ல பாடுவாராம்ல...’

‘செகண்ட் சாட்டர்டே ஸ்கூல் மீட்டிங் நடக்கும். அப்ப எதாச்சும் பாடுவாரு. சுதந்திர தினம், ஆசிரியர் தினம் நடக்கும்போது கலை நிகழ்ச்சிக்கு அவர்தான் படம்லாம் வரைஞ்சு பாட்டெல்லாம் பிள்ளைகளுக்குச் சொல்லிக் குடுப்பாரு...’

'என்ன பாட்டு...'

'அதெல்லாம் ஞாபகம் இல்ல.'

'கச்சேரில பாடியிருக்காரா...'

'கல்யாணத்துக்குப் பெறகு ஒரு தடவை இங்க பூத்திருவிழாவுக்குக் கச்சேரில ஒரு எம்ஜியார் பாட்டுப் பாடுனேன்னு சொல்லியிருக்காரு. முறுக்கு மாலையெல்லாம் போட்டாங்களாம்...'

'அப்பா முன்னாடி நீங்க பாடியிருக்கீங்களா?'

'இல்ல.'

'அவருக்கு எந்தப் பாட்டுப் பிடிக்கும்?'

'எப்பவுமே எம்ஜியார் பாட்டுத்தான்.'

'உங்ககிட்ட பாடிக்காட்டுவாரா?'

'ம்ஹூம்... படகோட்டியில ஒரு பாட்டு இருக்குமே.. நல்ல பாட்டு... அது... பாட்டுக்குப் பாட்டெடுத்து...'

'ஆமா.'

'சிலோன் ரேடியாவில அந்தப் பாட்டு வந்துச்சுன்னா சத்தத்தைக் கொஞ்சம் கூட்டி வைப்பாரு...'

'நீங்கதான் பாட்டைக் கேட்டா பாடிருவீங்களே...'

'ஆமா நான் அடுப்படியில வாய்க்குள்ளயே பாடுவேன்...'

'அவரு..?'

'திண்ணையில உட்கார்ந்துகிட்டுப் பாடுவாரு...'

'சத்தமா பாடுவாரா?'

'என்னைய மாதிரிதான்...'

'பிரண்ட்ஸ் எல்லாம் நான் நல்லா பாடுறேன்னு சொல்லுவாங்க... இதுதான் காரணமா?'

'நாங்க பாடாமத்தான் நீங்க பாடுறியளாக்கும்...'

'அம்மா நான் கேக்குறதுக்கு மறைக்காம சொல்லணும்... உங்களுக்கு அப்பாவைப் பிடிக்குமா?'

அம்மா திரும்பி என் முகத்தைப் பார்க்கையில் 'என்ன முறைக்கிறீங்க... சொல்லுங்கத்தா...'

‘ம்...’

‘அவருக்கு உங்களைப் பிடிக்குமா?’

‘அன்பான மனுஷந்தான். நீ பெறந்த வீட்ல சண்டை ஆரம்பிச்சிச்சு...’

கால்களைத் தூக்கிக் கட்டிலில் வைத்து அம்மா பெருமூச்சுடன் சாய்ந்து படுக்கப்போக நான் தலையணையைச் சரியாக வைத்தேன்.

‘ஒரே ஸ்கூல்ல இருந்துகிட்டு எப்படிப் பேசாமஇருக்கீங்க...?’

‘அது சரியான வெருகு. அதுவும் பத்து வருஷத்துக்கு மேல ஓடிருச்சு...’

‘ஒரு நிமிஷம் எந்திரிங்க...’

‘எதுக்கு?’

‘அவர் ரூமுக்குப் போயி ‘பாட்டுக்குப் பாட்டெடுத்து’ பாட்டைப் பாடிட்டு வருவோம்...’

‘சரியான லூஸுப்பயலா இருப்பியோ...’

கோபத்துடன் ஒரு புன்னகை. கட்டிலில் ஒருக்களித்து நான் இருக்கும் பக்கம் சாய்ந்து படுக்க நானும் கட்டிலுக்கு அருகில் வெறும்தரையில் கையைத் தலைக்கு வைத்துக்கொண்டு மல்லாந்து படுத்தேன்...

‘டிவிய அமத்திரவா...’

‘அது பாட்டுக்கு ஓடட்டும்...’

மின்விசிறியின் சத்தத்துடன் சிவாஜியின் குரல் கேட்டுக் கொண்டிருந்தது. தூங்கிவிட்டார்களா என்று அம்மாவைப் பார்க்க அம்மா என்னையே பார்த்துக்கொண்டிருந்தார்கள்.

‘என்னத்தா... தூங்கல?’

‘தூக்கம் எங்கப்பா வருது. ஒரேதா தூங்க வேண்டியதுதான்..’

‘... ... ...’

‘செழி...’

அம்மா இந்தத் தொனியில் அழைத்தால் அடுத்து என்ன கேள்வி வரும் என்பது தெரியும்.

‘உனக்கு ஒரு கல்யாணத்தைப் பண்ணீட்டா நிம்மதியா இருக்கும்.’

அம்மா இதுமாதிரி பேசத்துவங்கினால் எனக்கு என்ன பேசுவதென்று தெரியாது.

விட்டத்தில் சுழலும் மின்விசிறியைப் பார்க்கத் துவங்கி விடுவேன்.

‘இப்ப எதுக்குத்தா அழுகுறீய?’

எழுந்து அம்மாவின் கையைத் தொட்டேன்.

‘இன்னும் ரெண்டு வருஷம்தான் சர்வீஸ். எழுதிக் குடுத்திரலாம்னு இருக்கேன்.’

‘ஏன்?’

‘முடியலப்பா... தம்பிக கல்யாணத்துக்கெல்லாம் நான் இருப்பனான்னு தெரியாது. அதுதான்...’

குரல் உடைந்து அம்மாவின் கண்களில் இருந்து கண்ணீர் வழிந்தது.

‘பிஎஃப் எல்லாம் சேத்து ஒரு லட்சத்துக்கு மேல வரும். இருக்க கடனைக் குடுத்துட்டா மிச்சம் இருக்கறதை உனக்குத் தாரேன. நீ வச்சுக்க.’

‘இப்ப எதுக்கு இதெல்லாம்?’

கண்களைத் துடைத்துக்கொண்டே ‘தோணுச்சு... அவெங்கல்லாம் எப்படியும் பொழைச்சுக்கிருவாய்ங்க... நீதான் அப்பிராணிப்பய...’

வழியும் கண்ணீரைத் துடைத்துக்கொண்டு அம்மா அந்தப்பக்கம் திரும்பிப் படுக்க, கொஞ்ச நேரம் பேச எதுவும் இருக்காது. மதிய வெயிலில் அந்த அமைதி கொடுமையாக இருக்கும்.

அந்தச் சூழலை மாற்ற அம்மாவின் பள்ளிப்பருவத்துக்குப் போகவேண்டியிருக்கும்.

‘சரி... விடுங்கத்தா பண்ணிருவோம்... போனவாரம் உங்க கிளாஸ்மேட்டைப் பார்த்தேன்...’

அம்மா என் பக்கம் திரும்பாமலேயே ‘யாரு மலர்க்கொடியா?’

‘பேரு மறந்துட்டேன். உங்க வாலிபால் டீம்... கிறஸ்டியன்’

அம்மா என்பக்கம் திரும்பிப் படுத்து, ‘மரியம்..’

‘ஆமா ... எப்படி இருக்கீங்கன்னு கேட்டாங்க. நீங்க பயங்கரமான பிளேயராம்ல...’

அம்மாவின் முகத்தின் சோகம் மெல்ல மாறத் துவங்கியது.

‘அவதான் ராமு என் டீமுக்கு வாடின்னு... என் டீமுக்கு வாடின்னு...’

‘ராமலெட்சுமிக்கு ஒரே டிமாண்டுதான்...’

புன்னகை.

‘அப்டியெல்லாம் விளையாண்ட காலுதான் இப்ப படுத்தி எடுக்குது...’

‘மூட்டு மாத்துறதுக்கு எல்லாம் இப்ப வசதி வந்துருக்காம். மாத்திருவமா?’

அம்மா என் கையை முகத்துக்கு அருகில் எடுத்துவந்து என் விரல்களை நீவிக்கொண்டே இருக்கும்போது திரும்பவும் அம்மாவின் கண்கள் மினுங்கும்.

‘மதுரைக்குப் போகும்போது ஒரு சார்ஜ் லைட்டு வாங்கிட்டு வாப்பான்னு ஒரு வருஷமா சொல்றேன். இவரு மூட்டை மாத்துறாராம்... நீயும் உன் மாமன்மாதிரி திருவாலிப்பய ஆயிறாத. உனக்கு இந்த வேலை வாங்கித்தாரேன்... அந்த வேலை வாங்கித் தர்ரேன்னு சொல்லிக்கிட்டேதான் இருக்கான்... ஒரு வேலை இருந்தா இந்நேரம் கல்யாணம் பண்ணியிருக்கலாம்...’

‘எதுக்கு அதெல்லாம் நான் சினிமாவுக்குப் போயி பெரிய ஆளாகி...’

‘அதெல்லாம் வேணாம்ப்பா.’

அடுத்து ஒன்றை நான் சொன்னால் அம்மாவுக்கு நிச்சயம் சிரிப்பு வரும்.

‘அம்மா இத்தனை வருஷத்தில நீங்க எவ்வளவு சம்பாதிச்சிருப்பீங்க...’

‘ஆரம்பிச்சிட்டியா?’

‘என்ன சிரிப்பு?’

‘ நீங்க இத்தனை வருஷம் சம்பாதிச்சதையெல்லாம் ஒரு நாள்ல சம்பாதிப்பேன்னு சொல்லுவ...’

அம்மா சிரிக்க நானும் சிரிப்பேன்.

‘இதே கட்டில்ல உக்காந்து இந்தா இந்த டிவியில என் பேட்டி வரும். அப்ப என்ன சொல்றீங்கன்னு பாப்போம்...’

‘அதெல்லாம் வரட்டும். நீ திறமைசாலிதான்... அதுலயெல்லாம் சந்தேகம் இல்ல.’

‘அப்புறம் என்ன?’

‘நல்லா சம்பாதிச்சு முதல்ல உங்களுக்கு ஒரு கோல்ட் பிரேம் கண்ணாடி... ஒரு படத்தில கண்ணாம்பா போட்டிருக்குமே அதுமாதிரி... அப்புறம் ஒரு கார் வாங்கி உங்கள முன்னாடி சீட்ல உட்கார வச்சு இந்தப் பழைய பாட்டெல்லாம் கார்ல போட்டு... கேட்டுக்கிட்டே ஜாலியா நாம மெட்ராஸைச் சுத்திப் பாக்குறோம்...’

அம்மா முகத்தில் புன்னகை வரும் என்று பார்த்தேன். கண்ணீர்தான் வழிந்தது.

சென்னைக்கு வந்து சினிமாவில் சேர்ந்து, அம்மா விருப்பப்படி திருமணம் செய்து ஒருநாள்...

அந்தச் செய்தி வரும்போது நான் கார் வாங்கியிருக்கவில்லை.

படப்பிடிப்பிலிருந்து ஊருக்கு வரும்போது அந்தப்பச்சை நிற இரும்புக் கட்டில் வீட்டுக்கு வெளியில் கிடந்தது. தென்னங்கீற்றின் ஒளிப்புள்ளிகள் தரையில் சிதறிக் கிடக்க வெள்ளைவேட்டிகள், செருப்புக் கால்கள் பார்த்துக் குனிந்து கொண்டே வீட்டுக்குள் நுழைந்ததும் பெண்களின் அழுகைச் சத்தம் உயர்ந்தது. சத்தத்தின் நடுவே ‘மூத்தவன்’ என்று ஒரு குரல் மட்டும் கேட்டது.

டிவி இருந்த இடத்தில் ஒரு நாற்காலி இருந்தது. அதில் அம்மாவை உட்கார வைத்திருந்தார்கள்.

2

என் தலையில் ணங்கென்று ஒரு குட்டு விழுந்தது.

‘வாயத்திறந்து பாடுடா... என்ன முணுமுணுன்னு...’

நாக்கைத் துருத்திக் கடித்திருக்கும் அப்பாவின் முகத்தைப் பார்க்காமல் குனிந்திருந்தேன். இன்னொரு குட்டு விழுந்தது. மாணவ மாணவிகளின் சிரிப்புச்சத்தம் கேட்க எனக்கு அழுகை வந்தது. ஆண்டுவிழாவில் என்னைப் பாட வைப்பதுதான் அப்பாவின் விருப்பம். எனக்குக் கூட்டமென்றால் கால்கள் நடுங்கத் துவங்கிவிடும்.

அப்பா எனக்கு மூன்றாம் வகுப்பு ஆசிரியர். பள்ளி முடிந்ததும் நாட்டரசன் கோட்டையின் உயர்ந்த வீடுகளும் மண் பாதைகளும் இருக்கும் தெருவில் இருவரும் பேசிக் கொண்டே நடந்து வருவோம். ஆனாலும் அப்பாவின் முகத்தை நேரடியாகப் பார்க்க எப்போதுமே எனக்குப் பயம்.

அப்பா முனகலாகப் பாடிக்கொண்டே நடந்து வருவார்.

'வேப்பமர உச்சியில் நின்னு பேயொன்னு ஆடுதுன்னு

விளையாடப்போகும்போது சொல்லி வைப்பாங்க

உந்தன் வீரத்தைக் கொழுந்திலேயே கிள்ளி வைப்பாங்க...'

நான் தெருவில் இருக்கும் வேப்பமர உச்சியைப் பயத்துடன் பார்ப்பேன்.

'அப்பா உங்களுக்குப் பேய்னா பயம் இல்லையா?'

'சுடுகாட்டுல போய்த் தூங்கச்சொன்னாலும் தூங்கிருவேன் ...'

சில நாட்கள் எங்கோ மைக்செட்டில் பாடும் பாட்டு காற்றில் வரும்.

'மச்சானைப் பாத்தீங்களா? மலைவாழைத் தோப்புக்குள்ள...'

'பாட்டு நல்லாயிருக்குல்ல.'

நான் தலையசைப்பேன்.

அப்பாவுக்குப் புகைக்கும் பழக்கம் இருந்தது. எனக்கும் அந்தக் கருகிய பீடிப்புகை ரொம்பப் பிடிக்கும். ஒருநாள் பீடிக்கட்டில் இருந்து ஒன்றை உருவி அதைச் சுற்றியிருக்கும் காய்ந்த இலையின் நரம்புகளைப் பார்த்துக்கொண்டிருந்தேன். நுனியில் தொப்புள்போலக் குழிந்திருக்கும் அந்தச் சுழிப்பை எடுத்து முகர்ந்துபார்த்துக்கொண்டிருக்கும்போது முணுமுணுக்கும் பாடல் நெருங்கி வந்து தலையில் ஒரு 'ணங்'.

வியர்த்து ஊற்றும் அந்த ஓட்டு வீட்டில் நானும் அப்பாவும் சட்டையில்லாமல்தான் படுத்திருப்போம். புலியை வெட்ட அரிவாளை ஓங்கும் ஒரு வேடனின் படம் இருக்கும் தீப்பெட்டி யைக் கையில் வைத்துத் தட்டிக்கொண்டே அப்பா பாடுவார்.

'இறைவனிடம் கையேந்துங்கள்... அவன் இல்லை என்று சொல்லுவதில்லை...'

'அப்பா... இது யாரு பாடுனது...'

'நாகூர் ஹனிபா...'

அடுத்த பாடல், 'காவியமா..இல்லை ஓவியமா...'

'அப்பா இது?'

'சிதம்பரம் ஜெயராமன்...'

சிவகங்கை வந்தால் இரவு புரோட்டாவும் சால்னாவும் வாங்கிக் கொடுத்து மதுரை வீரன் படத்துக்கு அழைத்துப் போவார். அப்பாவைப்போல எனக்கும் எம்ஜியாரை மிகவும் பிடிக்கும்.

ஒருமுறை எம்ஜியார் சிவகங்கைக்கு வந்திருந்தபோது நான்கு வயதான என் கையில் பெரிய மாலையைக் கொடுத்து தலைக்குமேலே என்னைத் தூக்கி சண்முகராஜா கலையரங்கில் இறக்கிவிட்டார். நான் மாலையைத் தூக்கமுடியாமல் தூக்கிக் கொண்டு எம்ஜியாரை நோக்கிப்போனேன். அவர் குனிந்து மாலையை வாங்கிக்கொண்டு அதே மாலையை எனக்குப் போட்டு மடிமீது என்னை உட்காரவைத்துக்கொண்டார். ஒரே கைதட்டல் சத்தம்.

'அப்பா எம்ஜியார் யாரு?'

'உன் பெரியப்பா...'

குளித்துவிட்டு வரும்போது அப்பாதான் தலை துவட்டிவிடுவார். ஒருநாள் என் கன்னத்தை இரண்டு கையாலும் தொட்டுக்கொண்டு முகத்துக்கு அருகில் வந்து,

'நாடகமெல்லாம் கண்டேன் உனது ஆடும் விழியிலே...' என்று அவர் பாடும்போது பீடி வாசம் அடித்தது.

'எப்படிப்பா எம்ஜியார் மாதிரியே பாடுறீங்க...'

'அது எம்ஜியார் பாடுனது இல்ல. டிஎம் சவுந்தரராஜன்...'

ஆயிரத்தில் ஒருவன் பார்த்துவிட்டு வீட்டுக்கு வரும் வழியில் நான் சைக்கிளில் முன்னால் உட்கார்ந்திருந்தேன். 'லல்லா... லா... லா... லல்லா லாலா' என்று காதுக்கருகே வந்து பாடும்போது அவர் மீசை முடி குத்த நான் நெளிந்தேன்.

'அப்பா திரைக்குப் பின்னால போனா எம்ஜியாரைப் பாக்கமுடியுமா?'

அடுத்தமுறை அமுதா டூரிங் டாக்கீஸுக்குப் போகும் போது புரொஜக்டரில் இருந்து வரும் ஒளியைக் காட்டினார். மறுநாள் ஒரு பிலிம் துண்டை எடுத்துவந்து கொடுத்தார்.

சூரியனை நோக்கி அந்த பிலிமைப்பார்க்க அதில் எம்ஜியார் இருந்தார்.

உடைந்த ஒரு பல்பில் நீரை ஊற்றி வெயிலில் காட்டி அதிலிருந்து வரும் வெளிச்சத்தில் பிலிமைக் காட்ட தரையில் விரித்த வேட்டியில் எம்ஜியார் பெரிதாகத் தெரிந்தார்.

வளர வளர நான் எம்ஜியாரிடமிருந்தும் அப்பாவிடமிருந்தும் விலகினேன். எஸ்பிபி பாடல்களை வீட்டுக்குள் பாடத் துவங்கினேன்.

'வாயைத் திறந்து பாடு...' என்று அதட்டுவார்.

அம்மா அவருடன் பேசாமல் இருந்த வருடங்களில் சென்னைக்கு வந்து சினிமாவில் சேர்ந்து ஊருக்கு வரும் நாட்களில் அப்பாவின் அறையில் எம்ஜியார் பாட்டு ஒலித்துக் கொண்டிருக்கும்.

'இனி நாளை மனிதன் ஏழு உலகை ஆளப்போகிறான். ஆ ... ஆ... ஆ...'

நான் அறைக்குள் போனேன். பச்சைநிறக் கட்டிலில் படுத்திருந்தார். ரிமோட்டை எடுத்து ஒலியின் அளவைக் குறைத்தேன்... பழைய டிவியில் படம் நெளிந்துகொண்டிருந்தது.

'ஏன் இப்படி நெளியுது...?'

எழுந்து டிவியின் தலையில் தட்டினார். நெளிந்த எம்ஜியார் நேராக சைக்கிளில் வந்தார்.

அன்றைக்கே புது டிவி ஒன்று வாங்கி அந்த அறையில் வைத்தேன்.

'அப்பா... இதில நூறு சேனலுக்கு மேல வரும்.'

'எதுக்கு... எனக்கு ஜெயா டிவி மட்டும் போதும்.'

'இது நான் எழுதுன புக். விகடன்ல எழுதுனேன்ல அது. உங்களுக்குத்தான் சமர்ப்பணம் பண்ணியிருக்கேன்...'

ஒரு 'அப்படியா?' கூடக் கிடையாது. மையமாக ஒரு புன்னகை; அவ்வளவுதான்.

'நான் எடுத்த படம் பாத்தீங்களா . . . இளங்கோ கூட்டிப்போனேன்னு சொன்னான்...'

'ஆமா.'

படம் எப்படி இருந்துச்சு என்று கேட்கமுடியாது. சின்ன வயசில் அப்பத்தாவிடம் அப்பா ஏன் இப்படி இருக்காருன்னு கேட்டேன்.

'சின்ன வயசில இருந்தே அவன் அப்படித்தான். எப்ப பேசுவான் எப்ப புடுங்குவான்னு தெரியாது. சரியான அரங்கிப்பய…'

எந்த நிலையிலும் அவர் பதற்றமடைந்து பார்த்ததே இல்லை. ஒருமுறை ஒருவன் ஓடி வந்து, 'தம்பி உங்க அப்பாவுக்கு ஆக்ஸிடண்ட் ஆயிருச்சு… காந்திவீதி அந்த சர்பத் கடைக்கிட்ட' என்று சொன்னதும் சைக்கிளை எடுத்துக் கொண்டு வேகமாகப் போனேன். அந்தக் கடை ஓரத்தில் அப்பா குத்துக்காலிட்டு உட்கார்ந்திருந்தார்.

'என்னாச்சுப்பா…'

'ஒண்ணும் இல்ல… இந்த எலும்பு உடைஞ்சிருச்சு' என்று கழுத்துக்குக்கீழே இருந்த எலும்பைத் தொட்டுக்காட்டினார். டாக்டரிடம் கூட்டிப்போனதும் டாக்டர் அவர் சொன்ன இடத்தில் அழுத்திப் பார்த்தார். அப்பா வலியை முகத்தில் காட்டவில்லை.

'இது பிராக்சர் மாதிரி தெரியலையே…'

'ஐ… எங்களுக்குத் தெரியாதோ…'

இன்னொரு டாக்டரிடம் போனோம். எக்ஸ்ரேயில் காலர் எலும்பு தெறித்திருந்தது.

நான் சென்னைக்குப் போனதோ சினிமாவில் சேர்ந்ததோ அப்பாவுக்குப் பிடிக்கவில்லை.

'ஒழுங்கா படிச்சு வேலைக்குப்போகாம இந்த சினிமா. இனிமான்னு…'

'எல்லாம் நீங்க கொடுத்த கலை ஆர்வம்தான்.'

'உனக்குப் புரோட்டாதான் வாங்கிக் குடுத்தேன். கலை ஆர்வம்லாம் குடுக்கலையே…'

நான் படக்கென்று சிரித்தேன். அவர் சிரிக்கமாட்டார்.

'சினிமாவுல நான் நல்லாத்தான்ப்பா இருக்கேன்…'

'எவன் நல்லா இருக்கான், சினிமா எடுத்தவன்லாம் பூராம் ரோட்லதான் நிக்கிறான்…'

'ஏன் எம்ஜியார் நல்லாத்தானே இருந்தாரு…'

ஹார்மோனியம்

‘ஐ…’

அப்போது ஒரு சிரிப்பு சிரித்தார். புகைக்கறை படிந்த அந்தப்பல் வரிசை எனக்குப் பிடிக்கும்.

‘எதுக்குச் சிரிச்சீங்க?’

‘நீயென்ன எம்ஜியாரா?’

நானும் அவருடன் சேர்ந்து சிரித்தேன்.

வயது ஆக ஆக அவர் கோபமும் மூர்க்கமும் குறைந்து வந்தது.ஆனால் நகைச்சுவை உணர்வும் நக்கலும் குறைய வில்லை. ஒருமுறை மீனாட்சி மிஷன் மருத்துவமனையில் அவருக்கு அறுவைச்சிகிச்சை செய்து மூத்திரப்பை இணைப்புடன் படுக்கையில் இருந்தார்.

‘செழி… இங்க பாமாயில் ஊத்துறாங்களோ…’

ஒன்றும் புரியாமல் விழித்தேன்.

‘அவரெல்லாம் வாங்கிட்டுப் போறாரு…’ என்று நமட்டுச்சிரிப்புடன் சொன்னார்.

ஒருவர் மூத்திரப்பையைக் கையில் தூக்கிக்கொண்டு நடந்து போய்க்கொண்டிருந்தார்.

வாய்விட்டுச் சிரித்துவிட்டேன்.

எப்போதாவது என் செல்போனுக்கு அழைப்பார்.

‘செழி… ஒரு தடவ வந்துட்டுப் போ…’

வரும்போது அவர் அறையின் இரும்புக் கதவின் பின்னால் சாக்பீஸால் என் செல்போன் எண் கோணலாக எழுதப்பட்டிருந்தது. அழுக்குத் தலையணைக்கு அடியில் எனது மூன்று புத்தகங்களும் இருந்தன.

‘செல்லுலதான் நம்பர் பதிஞ்சு வச்சிருக்கேனே… அதுல கூப்பிடவேண்டியதுதான.’

‘கண்ணு சரியா தெரிய மாட்டேங்குது…’

அம்மா இறந்த அடுத்த சில வருடங்களில் ஒரு கார் வாங்கினேன். எம்ஜியார் காதல் பாடல்கள், எம்ஜியார் தத்துவப்பாடல்கள், எம்ஜியார் தனிப்பாடல்கள் சிடிக்களும் வாங்கினேன். காரை எடுத்துக்கொண்டு சிவகங்கை வந்தேன். புதுக்காரை அப்பாவிடம் காட்டுவதும் மதுரைக்குப் போய் அவருக்குக் கண்பரிசோதனை செய்வதும்தான் திட்டம்.

இருவரும் கிளம்பி காருக்கு வந்தோம்.

'புதுசா கார் வாங்கியிருக்கேன்ப்பா. நம்ம தலைமுறையில நான்தான்' என்று சொல்வதற்குள் 'பெரிய சாதனைதான்' என்றார். அது பாராட்டு இல்லை என்பது எனக்குப் புரியும். இவரை மதுரைக்குக் கூட்டிட்டுப் போகணுமா என்று தோன்றும்.

'முன்னாடி உட்காருங்க.'

அவர் பேசாமல் நிற்க பின் கதவைத் திறந்துவிட்டேன். உள்ளே உட்கார்ந்தார்.

அரண்மனையைக் கடந்து மதுரை முக்கு தாண்டியதும் எம்ஜியார் காதல் பாடல்கள் சி.டியைச் செருகினேன். இசை துவங்கியது.

'நானொரு குழந்தை... நீ ஒரு குழந்தை... ஒருவர் மடியிலே ஒருவரடி.'

எந்த ரியாக்ஷனும் இருக்காது என்று தெரியும். யதேச்சையாகத் திரும்புவதுபோல திரும்பிப் பார்த்தேன். சன்னலுக்கு வெளியே பார்த்துக் கொண்டிருந்தார். வரிசையாக ஒவ்வொரு பாடல் வரும்போதும் நான் சிறுவயதில் அவருடன் ஆத்தா ஊருணியில் குளித்ததும், அவருடன் பள்ளிக்கு நடந்து சென்றதும், படம் பார்க்கப் போனதும் சித்திரம் போல ஓடத் துவங்கியது.

அரவிந்த் கண் மருத்துவமனையில் அவருக்குப் பரிசோதனைகள் முடித்துக் கண்ணாடி மாற்றினோம். நான் தங்க பிரேம் போட்ட ஒரு கண்ணாடியைக் காட்டினேன்.

'இதைப் போட்டுட்டுப்போனா நீ ராமலிங்கம் இல்ல ரங்காராவ்னு சொல்லிருவாய்ங்க...'

வாய்விட்டுச் சிரித்துவிட்டேன். அவருக்கும் ஒரு நமட்டுச்சிரிப்பு.

அம்மா மெஸ்ஸில் சாப்பிட்டோம். வரும்போது எம்ஜியார் தனிப்பாடல்கள் கேட்டோம்.

'அதோ அந்தப் பறவை போல வாழவேண்டும்.இதோ இந்த அலைகள் போல ஆட வேண்டும்.'

'அப்பா இது கண்ணதாசன்தானே...'

பதில் வரவில்லை. திரும்பிப் பார்த்தேன். சன்னலில் சாய்ந்து தூங்கிக்கொண்டிருந்தார். தூங்கும் அவர் முகத்தைப்

பயமில்லாமல் கொஞ்ச நேரம் பார்த்தேன். இன்னும் ஒரு முடி உதிரவில்லை. நரைக்கவில்லை. 'ஏன் அவருக்கென்ன?' என்று அம்மா சொன்னது நினைவுக்கு வந்தது.

வீட்டுக்கு வந்தோம்.

'காரைக்குடியில ஒரு வேலை இருக்குப்பா... நான் கிளம்புறேன்...' என்று காலைத் தொட்டு வணங்கினேன்.

'செழி... அடுத்த தடவ வரும்போது காதுக்கும் பாத்துருவோம். சுத்தமா எதுவுமே கேக்க மாட்டேங்குது.'

ஆனந்த விகடன், தீபாவளி மலர் 2024